கோதைத் தீவு

கோதைத் தீவு

ஆசிரியர்

வ.ரா.

மாற்று வெளியீட்டகம்
சென்னை - 14

தலைப்பு	:	**கோதைத் தீவு**
ஆசிரியர்	:	**வ.ராமசாமி**
பரிசல் பதிப்பு	:	டிசம்பர் 2016
நூல் வடிவம்	:	1/8 டெமி
பக்கங்கள்	:	112
வெளியீடு	:	மாற்று வெளியீட்டகம் சென்னை - 14
விற்பனை உரிமை	:	பரிசல் புத்தக நிலையம் பழைய எண்:41, புதிய எண்:71ஏ ஆர்.கே.மடம் சாலை, மயிலாப்பூர், சென்னை - 600 004 செல்: 9382853646
மின்னஞ்சல்	:	**parisalbooks@gmail.com**
ஒளியச்சு	:	பபுரா கிராஃபிக்ஸ், நந்தனம்
வடிவமைப்பு	:	இராமன்,சென்னை-35. பேசி:97102 33021
அச்சகம்	:	கேபிடல் இம்ப்ரஸன், சென்னை-14
விலை	:	**ரூ.100/-**
ISBN No.	:	978-81-924400-7-1

முன்னுரை

வ.ரா. எழுதிய கோதைத் தீவு பெண் அதிகாரத்தின் அடையாளம், பெண் உரிமைக் கற்பனையின் உருவகம்; விருப்பத்தின் வெளிப்பாடு, 1940களில் தமிழகத்தில் இப்படி ஒரு படைப்பு உருவானது ஆச்சரியமானது; கொண்டாடப்பட வேண்டியது. பெண்களே முழுவதும் ஆட்சி அதிகாரத்தில் இருந்து, ஒரு நாட்டை நடத்த முடியுமா என்ற கேள்விக்கு வ.ரா.வின் சாதகமான பதில் இந்நாவல். உட்டோபியன் வகை படைப்புகளுக்கு ஒரு தமிழ் உதாரணம் கோதைத்தீவு.

வைதிக சம்பிரதாயங்களில் மகிழ்ச்சியுடனும் பெருமிதத் துடனும் நடை போட்ட ஒரு குடும்பத்திலிருந்து புறப்பட்டு வந்த அவைதிகர் வ.ரா. தமிழ்ச் சீர்திருத்த முன்னோடி பாரதியின் பாராட்டை அடைந்தவர்; ஈ.வே.ராவைத் தமிழ்நாட்டின் பெரியார் என்று 1930களிலே உணர்ந்து எழுதியவர்; அண்ணாவின் அங்கீகாரத்தைப் பெற்றவர். வ.ரா.வின் படைப்பு களில் ஒன்றான பெண் விடுதலையை முன்னுரைத்த கோதைத் தீவைத் தமிழகத்தின் புதிய வாசகர்களுக்குப் பரிசல் கொண்டு தருவது தேவையானது, பயனுடையது.

அம்மாக்களும் மினிம்மாக்களும் அதிகாரத்தின் படிகளில் உலாவரும் சூழலில் கோதைத் தீவின் இன்றைய பொருத்தப் பாட்டை விளக்கும் ஒரு விரிவான முன்னுரையுடன் கோதைத்தீவு பதிப்பிட வேண்டும், விரைவில் வெளிவரும் அடுத்த பதிப்பு அத்தகைய முன்னுரையுடன் வரவேண்டும், (இது வேண்டு கோள்). வரும் (இது வாழ்த்து).

அன்புடன்

பழ. அதியமான்

வ.ரா.ஆய்வாளர்

முகவுரை

கோதைத் தீவு, நீண்ட கால முயற்சி, நான் இளைஞனா யிருக்கையில் ஆண் பிள்ளைகள் நடத்தும் குடும்ப தர்பாரைக் கண்டு, மனம் புழுங்குவேன். இந்தத் தர்பாரை நாடகமாக எழுதலாமா என்று ஒரு நண்பரைக் கேட்டேன். இளைஞர்கள் யாவரும் பெண்களுக்குப் பரிந்து பேசுவது இயற்கை. இதே ஆத்திர உணர்ச்சி, உன் உள்ளத்தில் இருபது வருஷத்துக்கு மேல், குறையாமல் குலையாமல் தங்கியிருக்குமானால், நீ ஆண்களைப் பற்றி இகழ்ந்தும் எழுதலாம் என்று அந்த நண்பர் எனக்கு யோசனை சொன்னார்.

அவர் சொன்னது ஒரு வகையில் உண்மையெனக் கொண்டு, இருபது வருஷம் பொறுத்திருந்தேன். என் ஆத்திரம் தணிந்த பாடில்லை. நம்மவர்களின் வாழ்க்கை எல்லாத் துறையிலும் பாழாகி வருவதைப் பார்க்க, என் மனம் பொறுக்கவில்லை.

பெரும்பான்மையான வீடுகளில், இல் வாழ்க்கை நடை பெறவில்லை. எலி-பூனை சண்டைதான்; அல்லது செக்கில் பூட்டின மாடுகளைக் போல, உயிரற்ற வாழ்வு வாழ்ந்து வருகிறார்கள். நாட்டை இழந்துவிட்டார்கள். வீடும் நரகமாய்ப் போய் விட்டால், வேறு வேதனையும் வேண்டுமா? வீட்டை நரகமாக்கி வருவது ஆண் பிள்ளை என்பது நான் கண்ணால் பார்த்துவரும் உண்மையாகும்.

நமது நாட்டில், பெண் அடிமையாகப் பிறக்கிறாள்; வளர்கிறாள்; இறக்கிறாள். அவளுக்குச் சொத்து உரிமை கிடையாது. அவளுக்கு, (இளமையிலேயே தாலியை இழந்தால்) மறு விவாக பாத்தியம் கிடையாது. மேல் படிப்பு படித்து, உயர்ந்த உத்தியோகங்களுக்கு அவர்கள் வர முடியாது. எனவே, அவர்கள், ஆண் பிள்ளையின் லக்ஷியத்தில் பங்கு எடுத்துக் கொள்ள வேண்டும் என்று எதிர்பார்ப்பது நியாயமாகாது; புத்திசாலித்தனமும் ஆகாது.

வாய்விட்டுச் சொல்ல சந்தர்ப்பமும் தைரியமும் உண்டாகு மாகில், பெண்கள் என்ன சொல்லுவார்கள் என்பதையும் என்ன

செய்வார்கள் என்பதையும், கோதைத் தீவு என்ற கற்பனையின் மூலமாக, என் சகோதர ஆண் மகன்களுக்கு எடுத்துக் காண்பிக்க எத்தனித்திருக்கிறேன் இதை வெறும் கற்பனை என்றும் மதித்து விடக் கூடாது. ஆங்காங்கே பெண்கள் துண்டு துாண்டாக நின்று, தங்களுக்குள் ‘அரசல் பொரசலாக’ பேசிக் கொண்டிருப்பதைத் தான் நான் உருவம் கொடுத்து எழுதியிருக்கிறேன்.

ஆணோடு பெண் ‘சரிநிகர் சமானமாக’ வாழ்ந்திருந்தால், இந்த நாட்டில் ஆட்சி நம்மவர்களின் கையை விட்டுப் போயிருக்காது. கல்வி, மேம்பாடு, அடைந்து, மக்களுக்குள் அறிவு பரவிக் கிடக்கும். கவிதை, ஊற்றுப்பெருக்கு எடுத்து, நம்மவர் களை உய்வித்திருக்கும். நம்மவர்கள் விதி என்று மண்டையில் அடித்துக் கொள்ளமாட்டார்கள். விதியை மதியால் வெல்லலாம் என்று மார்பு விரியப் பேசுவார்கள். அடிமைக்கு வாழ்வு ஏது? இன்பம் ஏது? கடவுள் எது? எல்லாம் பாவனைகள்தான்.

பெண் ஆசை கூடாது என்று எந்தப் பாபி எந்த நேரத்தில் வாய் திறந்தானோ, தெரியவில்லை. அவன் மகா பாபியாகத் தான் இருக்க வேண்டும். பிரபஞ்சத்தின் மாண்பையும் விசித்திரத்தையும் உணர முடியாத ஒருவன், ஆரம்பித்த கூச்சல் இது. ஆண்தான், படைப்பில் சர்வாதிகாரி போல எண்ணிக் காரியம் செய்து வந்தான். முக்தியா? ஆணுக்குத்தான். சொத்தா? சுதந்திரமா? அதுபெண்ணுக்கு எதற்காக? அதிகாரமா? அது ஆணின் ஏகபோகம் இப்படி எண்ணி வாழ்ந்த நம்நாட்டு ஆண்கள், அடிமைகளாக வாழ்கின்றார்களே, அவர்கள் கோதைத் தீவைப் படித்தாகிலும் யோசனை செய்ய மாட்டார்களா என்ற ஆசையுடன் தான் இதை நான் எழுதினேன். சில முட்டாள்கள் நினைக்கக் கூடியதைப் போல, ஆணுக்கும் பெண்ணுக்கும் சண்டை மூட்ட அல்ல.

நுங்கம்பாக்கம் **வ.ரா.**

சென்னை

சமர்ப்பணம்

படாடோபமில்லாமல் பரந்த நோக்கத்துடன்
தொழிலின் மூலமாக ஜன சமூகத்துக்கு
பேருபகாரம் செய்துவரும்
என் நண்பர்
டாக்டர் வி.டி. தேசிகாச்சாரியார்
அவர்களுக்கு
இந்நூல்
அன்புடன் சமர்ப்பிக்கப்பட்டது

பொருளடக்கம்

முன்னுரை 3
முகவுரை 4
1. தோன்றினான் 9
2. தூக்கத்திற்கு மருந்து 12
3. கணபதிராயன் சொன்ன கதை 18
4. துரோகத்தின் விதை 22
5. துரோகத்துக்குப் பெருமை 27
6. அர்த்தமாகாத நடத்தைகள் 32
7. சிறுமைப் படுத்தினவைகள் 37
8. எங்கள் கூட்டு வாழ்க்கை 44
9. கூச்சல் பட்டி 51
10. கை விலங்கு 55
11. சந்திப்பு 59
12. வேடிக்கை 65
13. நாரிபுரி வர்ணனை 69
14. நாரிபுரி வர்ணனை (தொடர்ச்சி) 74
15. களிப்பு 79
16. ஆண்டாள் பெருநாள் 84
17. குற்றவாளி யார்? 93
18, சாவித்திரியின் சாகஸம் 104

அத்தியாயம் 1

தோன்றினான்

"எதற்காக என்னை நீ இங்கே அழைத்தாய்" என்று அதட்டு வதைப் போல, ஒரு குரல் என்னைக் கேட்டது.

"நானாவது அழைக்கவாவது? கைது செய்யப்பட்டு சிறைக் குள்ளே வந்த இருபது நாட்களாக எனக்குத் தூக்கமே வர வில்லை. பகலும் இரவும் ஒன்றுபோலக் கழிவதாயிருந்தால், மனிதர் உயிர்வாழ முடியுமா?" என்று அந்தக் குரலுக்குப் பதில் சொல்வது போல எனக்குள்ளாகவே சொல்லிக் கொண்டேன்.

"சிறை என்பது சிங்காதனம் என்று மயக்கம் கொண்டு, நீ சிறைக்குள் வந்தாயா?" என்று அந்தக் குரல் கேட்டது.

"நானாகச் சிறையை விரும்பி, அதற்குள் வரவில்லை. என்னை இங்கே கொண்டுவந்து தள்ளியிருக்கிறார்கள். என்னைக் கொண்டு வந்து வைத்தவர்களிடம் போய்க் கேள், நீ கேட்க வேண்டியதை யெல்லாம்" என்று நான் முடுக்காகவே பதில் சொன்னேன்.

குரல்: இந்த மாதிரி வாய்ப்பதட்டமாக, எதையாவது வெளியே பேசியிருப்பாய். அதற்காகத்தான், சர்க்கார் உன்னை உள்ளே தள்ளியிருக்கிறார்கள். வாய்ப் பதட்டமெல்லாம், பேச்சுச் சுதந்தரம் என்று எண்ணிக் கொண்டிருப்பவர்களுக்குச் சிறை தான் சரியான வாசஸ்தலம்.

நான் : நீயும் சர்க்காரின் ஆள்மாதிரி பேசுகிறாயே? நீ யார், அப்பா?

குரல் : நீ வருந்தி அழைத்த ஆள்.

நான் : நான் யாரையும் வருந்தி அழைத்ததாக, எனக்கு ஞாபகம் இல்லையே !

குரல் : உனக்கு ஏன் இருக்கும்? சென்ற இருபது நாட்களாக, விழிப்பும் இல்லாமல், தூக்கமும் இல்லாமல், நீதான் மயக்கத்தில் ஆழ்ந்து கிடக்கிறாயே! 'கணபதிராயன், அவன் இரு காலைப் பிடித்திடுவோம்' என்று நீ சற்றுமுன் பாடினது. உனக்கு நினைவு இல்லையா?

நான் : தூக்கம் வராமல், நான் பாரதியாரின் பாடலைப் பாடிக்கொண்டிருந்தேன். நீ சற்றுமுன் குறிப்பிட்ட பாட்டையும் பாடினேன். எனக்கு நினைவு இருக்கிறது.

குரல் : நீ காலைப் பிடித்துக் கொள்ளப் போவதாகச் சொன்னாயே, அந்தக் கணபதிராயன் நான்தான்.

நான் : நீ எதற்காக வந்தாய்? நான் ஏதோ அலுப்புக்கு ஆற்றமாட்டாமல் பாடிக் கொண்டிருந்தேன்.

குரல் : அதற்காகத்தான் நான் வந்தேன். வீணாகப் பேச்சை வளர்க்க வேண்டாம். உனக்கு என்ன வேண்டும்? சொல்லு.

நான் : தூக்கம் வரவேண்டும். அவ்வளவுதான் என்னுடைய இப்போதைய ஆசை.

குரல் : லக்ஷியம் ஒன்றை மனதில் வைத்துக் கொண்டு, அதற்காகப் பாடுபட நினைப்பவர்களுக்குத் தூக்கமே வராது. நோயால் தூக்கம் வராவிட்டால், அதற்கு மாற்றுத் தேட வேண்டியது தான். உலகம் முன்னேறவேண்டும் என்று ஆசை கொண்டு, அதற்காகப் பாடுபடுபவர்களுக்குத் தூக்கம் வராமல் இருப்பது இயற்கைதான். நீ. இந்த இனத்தில் சேர்ந்தவன் என்பதுதான் உன் எண்ணம்?

நான் : உன் கிண்டல் ஒன்றும் எனக்கு இப்பொழுது தேவையில்லை. தூக்கம் வருவதற்கும், தூக்கம் வந்தாலும் என் லட்சியம் கெடாமலிருப்பதற்கும் ஏதாவது உன்னால் வழி செய்ய முடியுமானால், செய். இல்லாவிட்டால், நீ வந்த வழியைப் பார்த்துக் கொண்டு போகலாம்.

குரல் : உத்தரவு ரொம்ப கண்டிப்பாக இருக்கிறதே! போகமாட்டேன் என்று சொன்னால்-?

நான் : இருந்து, தொலைந்து போ இரவிலே, சிறை அறையிலே, தனியாக இருக்கும் எனக்குத் துணை கிடைத்தது என்று எண்ணிக் கொள்ளுகிறேன்.

நான் : இந்தப் பதிலைச் சொன்னதும் கோடை இடி இடித்ததைப் போல, அந்தக் குரல் சிரித்தது. எனக்கு அந்த

நிமிடம் வந்த கோபம் இவ்வளவு அவ்வளவு என்று சொல்லி முடியாது. 'அழையாமல் வந்த விருந்தாளி அதிகாரம் செய்வதைப் போல இருக்கிறது. இந்தக் குரல் செய்கிற வித்தை. நான் ஏதோ பொறுக்க முடியாத, விசித்திரமான தவற்றைச் செய்துவிட்டது. போல இந்தக் குரல் என்னைப் பார்த்து நையாண்டி செய்து சிரிக்கிறே? அடிமைத் தேசத்திலே இப்படித்தான் எல்லாம் தலைகீழ்ப் பாடமாக நடக்கும் போலிருக்கிறது' என்று எண்ணிக் கொண்டு, 'எதற்காக நீ சிரிக்கிறாய்?' என்று அந்தக் குரலை கேட்டேன்.

குரல் : நீ 'பல்டி' அடித்ததைப் பார்த்து, எனக்குச் சிரிப்பு வந்தது. ரசிக்கிறாப் போல ஒன்று நேர்ந்தாலும், அதை அனுபவிக் காமல் இருக்க வேண்டும் என்கிறாயா?

நான் : நான் என்ன 'பல்டி' அடித்தேன்?

குரல் : நிற்காதே, போ என்று என்னை வெருட்டினாய், போக மாட்டேன் என்றால் என்ன செய்வாய் என்று கேட்டேன். அந்தச் சமயத்தில், என்னைக் கழுத்தைப் பிடித்து வெளியே தள்ளிவிடுவாயோ என்று பயந்து கொண்டிருந்தேன். அப்படி யொன்றும் செய்யாமல், 'தொலைந்து போ இங்கேயே எனக்குத் துணையாக இரு,' என்று அடங்கி ஒடுங்கி, பதில் சொன்னாய். இந்தப் 'பல்டி' யைக் கண்டு. நான் சிரிக்காமல் என்ன செய்கிறது?

நான் செய்த தவற்றின் விசித்திரம் அப்பொழுதும் தான் எனக்கு முழுதும் புலப்பட்டது. என்னுடைய பதில், நான் படாடோபமாகப் பேசினதற்கு அனுசரனையானதல்ல. படாடோப மாகப் பேசிவிட்டு பதுங்குகிறது தர்க்க சாஸ்திரத்துக்கு விரோதமல்லவா? அதைக் கண்டு, அந்தக் குரல் சிரித்தது மிகுதியும் பொருத்தமுள்ளதுதான். என்ன, அசடு வழிய, காரியம் செய்தேன்! நம்முடைய ஜனங்கள் எல்லாரும் என்னைப் போலவே அசடு வழிகிறார்கள் என்று வருத்தப்பட்டேன்.

குரல் : எதற்காக வருத்தப்படுகிறாய்? தவறு நேருவது சகஜம். நேர்ந்தால் நேர்ந்த வகையைத் தெரிந்துகொள். அதற்காக வருத்தப்பட்டு கொண்டிருந்தால், மேலே வேலை ஓடாது.

நான் : நீ சொல்லுவது உண்மை. அதை ஏற்றுக் கொள்ளு கிறேன். எனக்குத் தூக்கம் வரவில்லையே! அதற்கு என்ன செய்கிறது?

குரல் : தூக்கத்தை நீயாக வருவித்துக் கொள்ள வேண்டும். அல்லது நான் ஏதாவது சொல்லுகிறேன்; அதை நீ கேட்டால்,

சுவராஸ்யத்தாலோ அல்லது அலுப்புத் தட்டியோ, நீ தூங்கிப் போய் விடுவாய்.

நான் : சரி ! அப்படியே செய்கிறேன். என்னாலே தூக்கத்தை வருவித்துக்கொள்ள முடியாது. நீ சொல்லுவதை நான் கேட்டுக் கொண்டிருக்கிறேன். நீ யார்? உன் வரலாறு என்ன? இவைகளை முதலில் சொல்லு.

குரல் : எனக்குக் கணபதிராயன் என்று பெயர். நான் சிருஷ்டி ஆரம்பமான கால முதல் இருக்கிறேன். ஆனால், எனக்கு இந்தப் பெயர் கொடுத்தவர் பாரதியார்.

நான் : பாரதியார் என்கிறாயே? நீ யாரைக் குறிப்பிடுகிறாய்?

குரல் : பாரதியார் என்பவர் ஒருவரே ஒருவர். பாரதிப் பட்டம் தாங்கிய பலர் இருக்கலாம். நான் குறிப்பிடும் பாரதியார். உலக மகாகவி. உன்னுடைய உள்ளத்தில் எப்பொழுதும் வீற்றிருப்பவர். சந்தேகமில்லாமல் சொல்லிவிடுகிறேன். தமிழர்களின் குல தெய்வத்தைப் போலவும், உலகின் இஷ்ட தெய்வத்தைப் போலவும் விளங்குகிற சுப்பிரமணிய பாரதியாரைத் தான் நான் குறிப்பிடுகிறேன்.

நான் : பரம சந்தோஷம். நீ இனி எதைச் சொன்னாலும் கேட்கத் தயாராக இருக்கிறேன்.

குரல் : இன்றைக்கு, உனக்கு இப்பொழுது தூக்கம் வந்து விட்டது. இப்பொழுது வந்தது போலவே நாளைக்கு வருகிறேன். அழகாகத் தூங்கு.

கடைசியாக, கணபதிராயன் சொன்னது, என் காதில் சரியாக விழவில்லை. நான் தூங்கிப் போய்விட்டேன்.

அத்தியாயம் -2

தூக்கத்திற்கு மருந்து

மறுநாள் இரவு பத்து மணி இருக்கும். சொன்ன சொல் தவறாமல், கணபதி ராயன் வந்து தோன்றினான். 'ராமா! நீ விழித்துக் கொண்டிருக்கிறாயா?' என்று அவன், புன்சிரிப்புச் சிரித்துக் கொண்டே என்னைக் கேட்டான்.

பக்கத்து அறையில் குறட்டைவிட்டுத் தூங்குகிற சத்தம் என் காதில் விழுந்தது. 'நீ சொல்லுகிற தூக்கம், கணபதி ராயா,

பக்கத்து அறையிலே, சங்கீதத்தோடு, நர்த்தனம் செய்கிறது' என்று நானும் சிரித்துக் கொண்டே சொன்னேன்.

கணபதி ராயன் : நல்ல வேளை! அப்பா! அத்தி பூத்தது போல, ஒரு தரமாவது, உன்னிடமிருந்து சிரிப்பை வரவழைக்க முடிந்ததே! அழகாகக் சிரிக்கத் தெரிந்தவர்கள் தீர்க்க ஆயுளோடு இருப்பார்கள். தன்மயக்கத்துக்கும் அவர்களுக்கும் வெகு தூரம்.

நான் : எனக்கு இந்தத் தத்துவமெல்லாம் வேண்டாம். எனக்கு இப்பொழுது தேவையாக இருப்பது தூக்கத்துக்கு மருந்து. அதற்கு வழி கண்டு பிடித்துக் கொண்டு வந்திருக்கிறாயா?

கணபதி ராயன் : என்னமோ பார்ப்போம். உனக்கு என் வரலாறு தெரியவேண்டும் என்றாயே? அது மறந்து போய் விட்டதா?

நான் : தூக்கத்திற்கு அந்த மருந்தைத்தான் நீ கொண்டு வந்திருப்பாய் என்று எனக்குத் தெரியும்.

கணபதி ராயன் : அது பயன்படாதோ?

நான் : பயன்படுமா, பயன்படாதா என்று முன் கூட்டியே எப்படிச் சொல்ல முடியும்? கதையை நீ சொல்லிக் கொண்டே வந்தால், விஷயம் தெரிந்து போகிறது.

'நல்லது; அப்படியே ஆகட்டும். நடந்ததைச் சொல்லுவது தானே வரலாறு? அதற்கு வர்ணனையும் கற்பனையும் தேவை இல்லையே! கதையின் சுவாரஸ்யம், நான் சொல்லி வருவதில் இல்லை என்றால், என் வாழ்க்கை சுவாரஸ்யமில்லை என்று தான் அர்த்தம். குரூபி ஒருவன், படத்தில் அழகாக விழவேண்டும் என்று ஆசைப்பட்டால், அது முடிந்த காரியமா? தத்ரூபமாக விழத்தான் முடியும். என் வரலாற்றை உன்னிடம், எதையும் ஒளிக்காமல் சொல்லுகிறேன். அது போதுமா, இல்லையா? என்று கணபதி ராயன் என்னைக் கேட்டான்.

எனக்கு, இதைக் கேட்டதும் அடங்காமல் சிரிப்பு வந்தது. "ஒன்றையாவது ஒளிக்காமல், தங்கள் தற்சரிதத்தைச் சொன்ன மகான்கள் இந்த உலகில் இருந்ததே இல்லை. ஒருக்கால், காந்தி இந்த விதிக்கு விலக்காக இருக்கலாம். எதையும் மறைக்காமல் சொல்லுகிறேன் என்று செய்து கொண்ட சபதம் வீணாகப் போய் விடும்; இதற்காகத்தான் நான் சிரித்தேன். நீ சொல்லப் போகும் வரலாற்றைப் பற்றி அல்ல" என்றேன்.

"ஒளிக்காமல் மறைக்காமல் என்னால் சொல்ல முடியும்" என்று கணபதிராயன் உறுமினான். மறுபடியும் நான் சிரித்தேன். 'கணபதி ராயா! எந்த வகையிலும், இம்மியளவும் தவறு செய்யாத சுகப்பிரம்மத்தைக் காட்டிலும் நீ உயர்ந்தவனாக இருக்கவேண்டும்' என்றேன்.

"தப்பிதம் செய்தால், அதை மறைந்தோ அல்லது மறுத்தோ சொல்ல வேண்டும் என்பது சட்டமா அல்லது சம்பிரதாயமா" என்று கணபதி ராயன், ஆத்திரத்தோடு கேட்டான்.

'அப்படிச் செய்வது சட்டமும் அல்ல, சம்பிரதாயமும் அல்ல. அப்படிச் செய்வது இயற்கை. குற்றமோ, பாபமோ செய்யாத மகான் என்று தங்களை விளம்பரப்படுத்திக் கொள்ளத் தான் ஒவ்வொரு வரும் ஆசைப்படுவார்கள். தவற்றை ஒப்புக் கொண்டால் நல்லவர் என்றும் புத்திசாலி என்றும் பெரியவர் என்றும் பட்டமும் புகழும் கிடைக்குமா? நம்மைப் போல அவனும் ஓர் ஆள் என்று தானே சாதாரணமானவர்கள் எண்ணுவார்கள். உதாரணமாக, ஒன்று சொல்லுகிறேன். அதைக் கேட்பாயா?' என்றேன்.

'கண்டிப்பாகக் கேட்கிறேன்' என்றான் அவன்.

'நீ யாரிடமாவது அடிபட்டிருந்தாய் என்று வைத்துக் கொள். அந்த அவமானத்தை வெளியே சொல்ல உனக்குத் தைரியம் வருமா? எந்த வழியிலும் சரிப்படாமல் போய், திருடினாலொழியப் பணம் கிடைக்காது என்று நிர்ப்பந்தமான நிலைமையில், நீ திருடியிருந்தால், அதைப் பகிரங்கமாகச் சொல்ல, நீ வெட்கப்பட மாட்டாயா? உனக்கு ஸ்திரீ சபலம் அதிகமாக இருந்திருந்தால் அதை நீ அடியோடு மறைக்க எத்தனிக்கமாட்டாயா? நான் மேலே சொன்னதையெல்லாம் வெளியே சொல்லிவிட்டு, பெரிய மனிதன் என்ற பட்டம் வாங்க முடியுமா? அதனாலேதான், தற்சரிதங்களில், இந்த அம்சங்களில், உண்மையை யாரும் சொல்லுவதில்லை. ஆகவே, தற்சரிதத்தில், பிறர் எழுதும் அல்லது சொல்லும் வரலாற்றைக் காட்டிலும் அதிகமாக உண்மை இருக்கும் என்று நம்புவதற்கிடமில்லை. எனவே, எதையும் ஒளிக்காமல் சொல்லுகிறேன் என்று நீ சொன்னவுடனே, எனக்குச் சிரிப்பு வந்தது என்றேன்.

"எப்படியாவது நீ சிரித்தால், நல்லதுதான். பக்தி என்றும் சோகம் என்றும் சொல்லிக்கொண்டு, எப்பொழுதும் புலம் பலிலேயே வீழ்ந்து கிடந்த இந்தத் தேசத்திலே, சிரிப்புக்குப்

பஞ்சம் வந்துவிட்டது. சிறிய பையன்கள் சிரித்தால், பெரியவர்கள் திட்டுவார்கள், சிரிப்பு பொறுப்பில்லாத் தனத்துக்கு அடையாளம் என்று அவர்கள் நினைத்துக் கொண்டிருந்தார்கள். சிரிப்பு, பூரிப்புக்குச் சின்னம் என்பது அவர்களுக்கு அர்த்தமாகவில்லை. நீ நன்றாகச் சிரி. விழுந்து விழுந்து சிரி. அதனாலே, நன்மைதான் ஏற்படும்" என்று கணபதி ராயன் சொன்னான்.

'கணபதி ராயா! நீ சாமர்த்தியசாலி, நான் கேட்டதற்குப் பதில் சொல்லாமல். என்னைத் தட்டிக் கொடுத்து, எனது நாட்டாரைத்திட்டிக் கெடுக்கப் பார்க்கிறாயே? மழுப்பாமல் பதில் சொல்' என்று நான் அவனைக் கேட்டேன்.

'மன்னிப்பாயாக ! நீ சொன்னது அவ்வளவும் உண்மை. தற்சரிதங்களில் உள்ளதை உரைப்பதைக் காட்டிலும் மறைப்பது தான் அதிகம். அந்த மாதிரி என் வரலாற்றை நான் சொல்லப் போவதில்லை. உண்மையை உள்ளபடியே சொன்னால்தான், என் மனதிலிருக்கிற பாரம் குறையும். தோழன் என்ற முறையில், உன்னிடம் ஒளிக்காமல் என்னால் எதையும் சொல்ல முடியும்' என்றான்.

'நான் வக்கீலுமல்ல; வைத்தியனுமல்ல. என்னிடத்தில் சொன்ன எதுவும் ரகசியமாக இருக்காது. நீ இப்பொழுது சொல்லுவதை யெல்லாம், நான் பகிரங்கப் படுத்தினாலும் படுத்துவேன். ஏதோ நம்பிக்கை மோசம் செய்துவிட்டதாக, நீ என்பேரில் அப்பொழுது ஆத்திரப் படக் கூடாது' என்றது.

'ராமா! நீ புத்திசாலி என்று நினைத்தேன். சங்கதி வேறு விதமாக அல்லவா இப்பொழுது தோன்றுகிறது? எதுவும் தன் மட்டில் இருந்தால்தான் ரகசியம். இரண்டாம் பேருக்குத் தெரிய நேரிட்டால், அது ரகசியமாகவே இருக்காது. இது உலகம் அறிந்த ரகசியம். ஆகவே நான், சொல்லுவதைப் பகிரங்கப் படுத்துவேன் என்று நீ சொன்னதில், எனக்குச் சிறிதும் உடல் நடுக்கம் ஏற்படவில்லை. நான் சொல்லுவதை, புத்தகமாக அச்சடித்தாலும் எனக்கு யாதொரு பாதகமும் நேராது. ஆனால் ஒரு எச்சரிக்கை. அந்தப் புத்தகம் விலையாகாது' என்று சொல்லிக் கணபதி ராயன் சிரித்தான்.

'என்னமோ, நீ ஆர்ப்பாட்டம் செய்வதைப் பார்த்தால், உன் வரலாறு சிதம்பர ரகசியத்தைப் போல, ஒன்றுமில்லாமல் போய்விடும் போலிருக்கிறதே! ஏன் கொட்டிக் கொட்டி அளக்கிறாய்? சொல்ல ஆரம்பிக்கிறதுதானே' என்றேன்.

‘ராமா! உனக்கு ஒரு ரகசியம், தெரியாது போலிருக்கிறது. சாதம், பட்டினி கிடக்கிறவனுக்குப் போடணும். மருந்து நோயாளிக்குக் கொடுக்கணும், கதை, சிரத்தையோடு கேட்கிற வனுக்குத்தான் சொல்லணும்’ என்றான் கணபதி ராயன்.

‘நீயும் வைதீகத்திலே விழுந்துவிட்டாயா? நம்பினவருக்குத் தான் உண்மை விளங்கும் என்று வைதீகர்கள் சொல்லுகிறார்கள், ஆனால் உண்மை விளங்கினால் தான் நம்பிக்கை ஏற்படும். இது தான் இயற்கையாக நேரக் கூடியது. நம்பின பிறகு, உண்மை விளங்கினால் என்ன, விளங்காவிட்டால் என்ன? கதை, இனிப்பா யிருந்தால், யாரும் சிரத்தையுடன் கேட்பார்கள். சுவாரஸ்யமாகச் சொல்லாத எதையும் யாரும் கவனமாகக் கேட்கவே மாட்டார்கள். இந்த ரகசியம் உனக்குத் தெரியாது போலிருக்கிறது’ என்று சிரித்துக் கொண்டே நான் சொன்னேன்.

‘வார்த்தைக்கு வார்த்தை கட்சி பேசுகிறேன் என்று நினைக்காதே, குழந்தை, ஆகாரத்தின் சுவை அறிந்தா சாப்பிடுகிறது? எளிதிலே ஜீரணமாகக்கூடிய ஆனால் புஷ்டியான ஆகாரமாகப் பார்த்து, தாய் கட்டாயப்படுத்தி, குழந்தைக்கு ஊட்டுவாள்; உன்னைக் குழந்தை என்று நான் சொல்ல வரவில்லை. உடனே ஆத்திரம் பொங்கி வழியாதே’ என்றான் கணபதிராயன்.

‘பின்னே, எதற்காக அந்த உபமானத்தைச் சொன்னாய்? விகடத்துக்காகவோ’ என்று கேட்டேன்.

கணபதிராயன் சொன்னான் : ‘கதையில் சுவாரஸ்யம் இருக்க வேண்டும். இல்லாவிட்டால் யாரும் கேட்கமாட்டார்கள் என்றாயே, அதற்காக அந்த உபமானத்தைச் சொன்னேன். கதை சுவாரஸ்யம் என்பது வினோதமான சங்கதி. கேட்பவர்களின் ருசியையும் சக்தியையும் தன்மையையும் பொருத்தது கதையின் சுவாரஸ்யம். அதிருஷ்டவசத்தால், ஒருவன், குபேர சம்பத்தை அடைந்தான் என்ற முடிவை, கதையாகச் சொன்னால், வீணர்கள் எல்லாரும் குதூகலமடைவார்கள்; குழந்தைகள் சந்தோஷப் படுவார்கள். அதையே கேட்டால், புத்திசாலிகளும் பலவான் களும் எரிச்சல் அடைவார்கள். கஷ்டப்படாமல் சுகம் கிடைத்தது. முயற்சி இல்லாமல் பலன் கிடைத்தது என்று சொன்னால், சோம்பலுக்கு வாழைப்பழம் தோலோடு சாப்பிடுகிறவர்கள், மனசிலே குதூகல மடைவார்கள். காமவிகாரங்களைக் கதையில் வர்ணித்துச் சொன்னால், நாக்கை நொட்டை விட்டுக்கொண் கேட்கிற பிரபுக்கள். பக்தி ரசம் நிறைந்த கதைகளைக் கேட்டு,

சிலர் பரவசப்படுவார்கள். புரட்சிக் கலவரக் கதைகளைக் கேட்க ஆசைப்படுகிறவர்களும் இருக்கிறார்கள். ஆகவே, பொதுவான ஒரு ருசி, கதையைப் பற்றி இருப்பதாக நீ எண்ணிக் கொள்ளாதே.'

கணபதிராயன், இப்படி நீளமான பிரசங்கம் செய்தது எனக்குப் பிடிக்கவில்லை. என்னை, அவன் பச்சைக் குழந்தை என்று எண்ணிவிட்டான் போலும்!

நான் : கணபதிராயா! உன் வாழ்க்கை வரலாறு ருசிகரமாக இருக்காது என்பதை முன்கூட்டி குறிப்பிட்டு விட்டாய். என்னைச் சிறு பிள்ளையைப் போல எண்ணி, நீ நீளமான பிரசங்கம் செய்ததற்கு, அது தான் அர்த்தம். தாமதம் இல்லாமல், உன் வரலாற்றைச் சொன்னால் கேட்கிறேன். நீ வளைத்து வளைத்துச் சொல்லிக் கொண்டே போவதைக் கேட்க, நான் தயாராயில்லை.

கணபதி ராயன் : ராமா! கோபப்படாதே கோபப்பட்டு. இந்த உலகில், எந்தக் காரியமும் ஆகிறதில்லை. நீ கோபப்படுகிறதற்கு என்ன அர்த்தம் தெரியுமா? நான் இங்கே இருக்க வேண்டாம் என்று சொல்லுவதைப் போலத்தான்.

கணபதிராயன், இந்த மாதிரி பேசினது எனக்கு இனிக்க வேயில்லை. எனக்குப் பயங்காட்டுவதைப் போல இருந்தது. ஆனபோதிலும், கணபதிராயன் பேரில் எனக்கு உண்டாகியிருந்த பிரியத்தினால், அவனிடத்தில் கோபம் கொள்ளவும் எனக்கு மனமில்லை. ஆகவே, அவன் என்ன சொன்னாலும், அதைக் கேட்டுக் கொண்டிருப்பதென்று தீர்மானித்து, ஒன்றுமே பேசாமல் இருந்தேன்.

கணபதி ராயன் : ராமா! ஏன் மௌனம் சாதிக்கிறாய்? வாய் திறந்து ஏதாவது பேசேன்?

நான் : நீ பேசுவதை நான் கேட்டுக் கொண்டிருக்கிறேன். பேசுவதில் எவ்வளவு சாமர்த்தியம் தேவையோ, அவ்வளவு திறமை, கேட்டுக் கொண்டிருப்பதிலும் வேண்டும். மேலும் தூக்கம் வராத காலத்தில், எனக்குப் பொழுதுபோக வேண்டாமா?

இப்படி நான் சொல்லிக் கொண்டே இருக்கையில் அலுப்பினாலோ என்னமோ, கொட்டாவி வந்தது. 'சபாஷ்! ராமா! இதற்காகத்தான் காத்துக் கொண்டிருந்தேன், போய் வருகிறேன். நாளைக்கு...' என்று அவன் முடிப்பதற்குள், நான் தூங்கிப் போய்விட்டேன்.

அத்தியாயம் - 3

கணபதிராயன் சொன்ன கதை

தூங்கினேன் என்றால், சாதாரண தூக்கமல்ல. மறுநாள் காலமே பொழுது விடிந்ததும் கூட, என் தூக்கம் கலையவில்லை. சிறை வார்டன் என் அறைக் கதவைத் திறக்கும் சத்தம் கேட்டு விழித்துக் கொண்டேன். பகீரதன் கங்கை கொண்டு வந்ததைப் போல, எனக்கு தூக்கத்தைக் கொண்டுவந்து கொடுத்த கணபதி ராயனை மனப்பூர்வமாக வாழ்த்தினேன். பகல் முழுவதும், எனக்குக் கணபதிராயனுடைய நினைவுதான். சொன்னபடி அவன் வருவானா அல்லது ஏய்த்து விடுவானா என்று எனக்குள்ளாகவே யோசித்துக் கொண்டிருந்தேன்.

ஆகார வாதிகள் அதிகமாக இல்லாத சிறையிலே, ஆதார மில்லாத வதந்திகளும் அரட்டைகளும்தான் 'உணவுப் பொருள்கள்' ரப்பர் டயர்கள் காற்று அடிப்பதனால் பெருத்துப் போவதைப் போல, சிறையிலே, இந்த வம்பளப்புகளைக் கொண்டு, உடம்பை உப்பிக் கொள்ளலாம். ஆனாலும் தினமும் ஒரே மாதிரியான வம்பளப்பு எடுபடுமா? ஒரே 'ஸெட்டு' முகங்களைப் பார்த்துக் கொண்டிருப்பதால், வெறுப்புத் தட்டி விடாதா? பகல் பொழுதை எப்படியோ போக்கிவிடலாம். இரவுதான் ரொம்பவும் கஷ்டம். ஏனென்றால், சிறையில் இரவு, மாலை ஐந்தரை மணிக்கே ஆரம்பமாகி, கைதிகள் தங்கள் அறைக்குள் போக வேண்டும். கதவுகளைப் பூட்டிவிடுவார்கள். காலை ஆறுமணி வரையிலும் அறைக்குள்ளே இருப்பதென்றால், அது சகஜமாக முடிந்த காரியமா?

எனவே, கணபதிராயனை இரவில் நான் ஆவலுடன் எதிர் பார்த்துக் கொண்டிருந்ததில் ஆச்சரியமே இல்லை.

'என்ன! ராமா! எனக்காக, நீ ஆவலுடன் காத்துக் கொண்டிருக்கிறாய் போல தோன்றுகிறதே' என்று சொல்லிக் கொண்டே, கணபதிராயன் தோன்றினான். 'ஆம்' என்று சொல்லிவிட்டு, 'நேற்றிரவு நல்ல தூக்கம். உனக்கு வந்தனம்' என்றேன். 'சரி! உன் வரலாற்றைச் சொல்லு. கேட்க ஆவலுடன் இருக்கிறேன்' என்று அடுத்தாற் போலச் சொன்னேன். 'நல்லது; அப்படியே ஆகட்டும்' என்று கணபதிராயன் கதையைத் துவக்கினான்.

கணபதிராயன் சொன்னான் : 'ஜன்ம ஜன்மாந்திரமாக, நான் இந்தத் தேசத்திலேதான் பிறந்தேன் வளர்ந்தேன். வாழ்ந்தேன். இறந்தேன், இம்மாதிரி நூற்றுக்கணக்கான ஜன்மம் எடுத்திருப்பேன். காஷ்மீரம் முதல் கன்னியாகுமரி வரையிலுள்ள பிரதேசங்களில் பிறந்திருக்கிறேன். செப்பும் மொழி பதினெட்டு இருந்தபோதிலும், சிந்தையில் ஒன்று உடையது இந்தத்தேசம். முக்தியை நாடுவது தான், ஜன்மம் தவறாமல், நான் கொண்டிருந்த லட்சியமாகும்.'

கணபதிராயன் சொல்லிக்கொண்டு போனது எனக்குப் பிடிக்கவில்லை. 'கணபதிராயா! உன் கதை எனக்கு வேண்டாம். ஜன்மம், முக்தி, சொர்க்கம், நரகம் என்ற வார்த்தைகளைக் கேட்டுக் கேட்டு, நான் அலுத்துப் போய்விட்டேன். அந்த வார்த்தைகளை அர்த்தமில்லாமலும் அர்த்தம் தெரியாமலும் எல்லாரும் உபயோகப் படுத்துகிறார்கள். பெரிய பேச்சைப் பேசி, வாழ்க்கையிலே பதராய்ப் போன இந்த நாட்டின் பண்டைக் காலத்து லட்சியத்தைப் பற்றி யார் பேசினாலும் சரி. அதைக் கேட்டால், எனக்கு உடனே மன வேதனையும் தலைவலியும் உண்டாகி விடுகின்றன. பூர்வ ஜன்மம், புனர் ஜன்மம் என்று விடாமல் ஜபித்துக் கொண்டு, வீணர்களாகப் போனவர்களைப் பற்றி, என்னிடம் நீ பேச வேண்டாம்' என்றேன்.

கணபதிராயன் சிரித்தான். சிரித்துக் கொண்டே சொன்னான்: ராமா! உன் சுபாவம் எனக்கு தெரிந்தது தான். எதற்காக நீ சிறைக்கு வர நேர்ந்தது என்பதும் எனக்குத் தெரியும். உன்னுடைய ஆத்திரம் ஓரளவு நியாயமானது என்றும் ஒப்புக் கொள்ளுகிறேன். அழகாக வீட்டைக் கட்டி, அதிலே குடியிருந்தால்தான், அந்த வீடு பழுதாகப் போகாமல் இருக்கும். குடியில்லாத வீடு குட்டிச் சுவராகப் போகும். இது உனக்குத் தெரியாதா... ?

'அப்படித்தான் ஆகிவிட்டது இந்தச் தேசம். அற்புதமான இந்தத் தேசத்தைப் படைத்துவிட்டு, அதிலே ஆழகாகவும் ஆனந்தமாகவும் குடியிருந்து வாழ முடியாமல் அடுத்த உலகத்தையும் முக்தியையும் பற்றிப் பிதற்றிக் கொண்டிருந்தால், இந்த நாடு உருப்படுமா? குடியில்லாத வீடு குட்டிச் சுவராகும் என்பது அனுபவ உண்மை. அதேமாதிரிதான் தேசமும். ஒரு தேசத்தில் பிறந்து, வளர்ந்து, வாழ்ந்தும், அதில் நிலையற்றவர்கள் போலத் தங்களை எண்ணிக் கொண்டால், அந்தத் தேசம், போற்றிக் காப்பாற்றுபவர்கள் இல்லாமல், பாழாகப் போவதற்கு யாரைப் போய்க் கேட்க வேண்டும்' என்று நான் கோபமாகச் சொன்னேன்.

'பழைய பாடத்தைத் திருப்பித் திருப்தி ஓதிக் கொண்டிருப்பதில் பயனில்லை' என்று கணபதிராயன் முடிக்கு முன்னமே. 'அதைத்தான் நானும் உன்னை வேண்டிக் கொள்ளுகிறேன்' என்று வெடுக்கென்று சொன்னேன்.

கணபதிராயன் சிரித்தான். அவனுடைய சிரிப்பு. அவன் தோற்றுப் போனதற்கு அடையாளம் என்று தெரிந்து கொண்டு, நானும் சிரித்தேன்.

கணபதிராயன் சொன்னான் : 'ராமா! நான் இரண்டு கட்சிக்கும் பொதுவாகத்தான் சொன்னேன். கதையைக் கேள். பிறவித் துன்பம் வேண்டாம் என்று ஒவ்வொரு ஜன்மத்திலும் கதறிப் பார்த்தேன். ஆனால், பிறவி என்னை விட்டுவிடுவதாகத் தோன்றவில்லை. பிறவி வேண்டாம் என்று சொல்லுவது மதியீனம் என்ற முடிவுக்கு வந்தேன். பெற்ற பிறவியைப் பெருமைப் படுத்த வேண்டும் என்று தீர்மானம் கொண்டேன். பிறவியை எப்படிப் பெருமைப்படுத்துவது? நல்லவனாக இரு என்று சிரமமில்லாமல் சொல்லிவிடலாம். எப்படி இருந்தால் நல்லவன் என்ற வழியைக் காணுவது தான் கஷ்டமான வேலை. ராமா! தூங்குகிறாயா? நிறுத்தட்டுமா -?'

'நான் இமை கொட்டினது உண்மைதான். மேலே சொல். கவனமாகக் கேட்டுக் கொண்டு வருகிறேன்' என்றேன்.

கணபதிராயன் நான் சொன்னதை நம்பவில்லை. எனக்குத் தூக்கம் விரவில்லை என்று தெரிந்து கொண்டு அவன் மேலே சொன்னதாவது:- இந்தத் தேசத்தில் நான் எத்தனையோ இடங்களில் பிறந்திருக்கிறேன் என்று சொன்னேனே, அது உனக்கு நினைவிருக்கிறதா? ராமன் காலத்திலிருந்து இந்தத் தேசம் தான் என்னுடைய பிறந்த நாடு இந்தத் தேசம். நான் பிறந்து இறந்த தேசமானாலும், பெருமையாகவும் சுகத்துடனும் நான் வாழ்ந்ததாகச் சொல்ல முடியாது. நான் தான் சொன்னேனே, எனக்கு முக்தியிலும் பரலோகத்திலும் ஆசை என்று! பரலோக வெறிபிடித்து அலைந்த எனக்கு, இந்தத் தேசத்தைப் பற்றிக் கவலையே இல்லை. இதை யார் ஆண்டால் என்ன? அன்னியர்கள் ஆண்டால் என்ன? எனது முக்தி முயற்சிக்கு, எந்த ஆட்சியும் குறுக்கே நிற்காது என்பது என் எண்ணம். அது அப்பொழு தெல்லாம்; இப்பொழுதல்ல...'

நான் சிரித்தேன். 'ஏன் சிரிக்கிறாய்?' என்று கணபதிராயன் கேட்டான். 'நீ எவ்வளவு முட்டாள் தனமாக இப்படி எண்ணிக்

கொண்டிருந்தாயோ, அப்படியே, இன்றைக்கும் கோடிக்கணக் கானவர்கள் இந்தத் தேசத்தில் எண்ணிக் கொண்டிருக்கிறார்கள். அந்த அசட்டுத்தனம் இன்னும் அழியவில்லையே என்றுதான் சிரித்தேன். நான் சிரித்தற்கு அதுதான் காரணம்' என்றேன்.

கணபதிராயன் சொன்னான் :- அது எனக்குத் தெரியும். அதற்காகத்தான், என் அறியாமையை உன்னிடம் ஒப்புக் கொண்டேன். மேலே சொல்லுகிறேன். கேள். ருசியோடும் பசியோடும் ஆகாரம் சாப்பிட்டால், அதுஆசை என்றும், ஆசை பாசமென்றும் அந்தப் பாசம் முக்திக்குக் குறுக்கே நின்று வழிமறித்துவிடும் என்றும் நான் அக்காலத்திலே எண்ணுவேன். எதிலும் பற்று இல்லாமல் வாழவேண்டும் என்று சங்கற்பம் கொண்டேன். எதிலும் ஆசையில்லாமல் வாழ்வது என்பது வித்தை அல்லவா? அந்த வித்தையை எப்படிப் பழக்கிக் கொள்கிறது? தாமரை இலையில் தண்ணீர் நிற்பது மாதிரி, பட்டும் படாமல், தொட்டும் தொடாமல், ஆசையைக் களைந்து வாழ்ந்து வந்தால்தான் முக்தி கிட்டும் என்று சொல்லுகிறார்களே, அதை அப்படியே நம்பினேன். தாமரை இலையில் தண்ணீர் அப்படி நிற்க முடியும். மனிதன் தண்ணீரா, அந்தமாதிரி வாழ்க்கை என்ற இலையில் நிற்பதற்கு? காலாலே நடப்பது இயற்கை. கையாலே நடப்பது வித்தை. இயற்கையின் பிரகாரம் நடந்தால், நெடுந்தூரம் நடக்கலாம். வித்தை செய்ய முயன்றால், வியர்வை தான் மிச்சம்.

அந்தக் காலத்தில் நான் என்ன எண்ணிக் கொண்டிருந்தேன் தெரியுமா? இயற்கையான அழகு வாழ்க்கை வாழ்வதைக் காட்டிலும், வினோதமான வித்தை (வித்தக) வாழ்க்கை வாழ்வது தான் உயர்ந்தது என்று எண்ணிக் கொண்டிருந்தேன். பலன் என்ன? இயற்கைக்கு இயற்கையும் போச்சு. அது ஒரு பெரிய நஷ்டம். முக்தியைத் தரும்வித்தையையும் பழகிக் கொள்ள முடியவில்லை. அது சாத்தியப்பட்ட சங்கதியாக இருந்தால் தானே? ஆகவே, வித்தை பழகிக் கொள்கிற விஷயத்தில் மிகப் பெரிய ஏமாற்றம்.

'எந்தச் செயலில், என்னை அறியாமலே பாசம் ஏற்பட்டு விடுமோ என்று சதா சந்தேகப்பட்டுக் கொண்டிருப்பேன். எனவே, சந்தேகப் பிராணியாக ஆகிவிட்டேன். தொட்டதற் கெல்லாம் சந்தேகம், ஆடை, ஆகாரம், சுகம், செல்வம், கலை, காதல் முதலியவைகளில் ஒன்றின் பேரிலும் பாசமும் பற்றும் இல்லாமல் வாழவேண்டும் என்ற பிடிவாதத்தினால், வைராக்கியம்

வேண்டும் என்றும். விரக்தி (பற்றுதலில்லாமை) ஏற்படவேண்டும் என்றும் பிதற்றிக் கொண்டிருப்பேன்-'

'ஓகோ! நீ யந்திரத்தைப்போல வாழ முயன்று வந்தாயோ?' என்று நான் கேலி செய்தேன். கணபதிராயன் கனைத்துக் கொண்டான். பிறகு ஒரு சிரிப்புச் சிரித்தான். அந்தச் சிரிப்பில் என்னென்ன கலந்திருந்ததோ, தெரியவில்லை. 'என்னமோ அர்த்தமில்லாத, வியர்த்தமான வாழ்வு வாழ்ந்தேன். அனுபவத்தால், அதன் சாரமில்லாத தன்மையை உணர்ந்தேன். இனியும் அப்படி வாழ்வேனா' என்று அவன் சொல்வதுபோல, அந்தச் சிரிப்பில் தொனித்தது. 'அதோடுகூட, விட்டேனா, பார்' என்று யாரையோ மிரட்டுவது போன்ற பாவமும் அந்தச் சிரிப்பில் காணப்பட்டது.

கணபதிராயன் மேலே என்னமோ சொல்ல வாயெடுத்தான். நான் கொட்டாவி விட்டேன். அவ்வளவுதான் தெரியும். மறுநாள் காலையில், சிறை வார்டர், அறையின் கதவைச் சற்று சத்தத்தோடு திறந்தபொழுது, கண் விழித்தேன். கணபதிராயன் எப்பொழுது போனான். எப்படிப் போனான் என்பதே எனக்குத் தெரியாது.

அத்தியாயம் - 4

துரோகத்தின் விதை

இன்றைக்கு, ராமா என்று கூப்பிட்டுக் கொண்டே வந்தான் கணபதிராயன். நான் வாயே திறக்கவில்லை. உடனே, அவன் ஒரு குறும்புத்தனம் செய்தான். 'ராமன் தூங்குகிறாப்போல இருக்கிறது. தூங்குகிற சமயத்தில். எனக்கு இங்கே என்ன வேலை?' என்று சொல்லிக் கொண்டு, அப்பால் நகர்வதைப் போல ஜாடை செய்தான். 'கணபதிராயா! உன் ஜாடை பலிக்காது : நான் தூங்கவில்லை' என்றேன். 'என் ஜாடையும் பலித்துப்போச்சு : நீயும் பேசி விட்டாய். நீ தூங்கவில்லை என்பதையும் தெரிந்து கொண்டேன்' என்றான் அவன்.

'சரி! ஏதாவது கொல்லப்போகிறாயா, இல்லையா?' என்று அவனைக் கேட்டேன். 'சொல்லத்தான் வந்திருக்கிறேன்' என்று கணபதிராயன் சொன்னதாவது : - 'ராமா! மறுபடியும் சில சங்கதிகளை உனக்கு ஞாபகப்படுத்துகிறேன். பாரத தேசம்தான் என் தாய்நாடு. இந்தத் தேசத்திலேதான் நான் அடுத்தடுத்து பிறந்து வந்திருக்கிறேன். ஒரு பிறப்பில் நடந்ததைச் சொல்லுகிறேன்.

கிரீஸ் தேசத்திலிருந்து அலெக்ஸாண்டர் என்ற வீரன். ஆசியாக் கண்டத்தில் பேரில் படையெடுத்து வந்தான். இந்தியாவினுள்ளும் நுழைந்து விட்டான்.

'அந்தச் சமயத்தில், பாஞ்சாலத்தில் புருஷோத்தமன் என்ற பராக்கிரமம் பொருந்திய சிற்றரசன் ஒருவன் இருந்தான். அவன், கிரேக்க வீரனை அட்டாக் என்ற இடத்தில் வழிமறித்து, அவனோடு கடும்போர் நடத்தினான். தன்னை இவ்வளவு வீரத்தோடு வேறு யாரும் இதுவரையில் எதிர்த்ததை, அலெக்ஸாண்டர் கண்டதில்லை. ஆனால், முடிவில் புருஷோத்தமன் தோற்றுப் போனான். அவனுடைய அபாரமான தைரியத்தை மெச்சி, அலெக்ஸாண்டர், அவனுக்கு வீரவாள் ஒன்றைச் சன்மானமாக வழங்கினான்.'

'பேஷ்! எதிரியானாலும் அவனுடைய சூரத்தனத்தைப் பாராட்டுவது உயர்ந்த தன்மைதான். அலெக்ஸாண்டர் செய்ததை நான் மிகவும் மெச்சுகிறேன்' என்றேன்.

கணபதிராயன் சிரித்துக் கொண்டு சொல்லுகிறான் : 'அலெக்ஸாண்டர் செய்ததை நானும் பாராட்டுகிறேன். புருஷோத்தமன் வீரவாளை வாங்கிக் கொள்ளலாமா, கூடாதா என்பது தான் கேள்வி. நீ என்ன சொல்லுகிறாய்?' நான் சிறிது நேரம் யோசிப்பதுபோல் பாவனை செய்து விட்டு, 'ஏன் பெற்றுக் கொள்ளக் கூடாது?' என்று பதில் சொன்னேன்.

'நல்லது! பெற்றுக்கொள்ளலாம் என்கிறாய். நான் இன்னொரு கேள்வி உன்னைக் கேட்கிறேன். உன்னை ஒருவன் இந்திரன், சந்திரன், குபேரன், கொடைவள்ளல் என்று புகழ்வதாக வைத்துக் கொள். அவ்வளவு புகழையும் நீ உட்கொள்ளுவாயா?' என்று கணபதிராயன் கேட்டான்.

'அந்தப் புகழை நான் ஏற்கமாட்டேன். என்னை ஏய்த்து, என்னைப் பொட்டணமாக மடித்து, தன் பைக்குள் போட்டுக் கொள்ளப் பார்க்கிறான் அந்தச் சூதன் என்று தான் எண்ணுவேன். என்னைத் தன் பைக்குள் போட்டுக் கொள்ள அவன் கையாளும் தந்திரம் அது என்று தான் கொள்ளுவேன். ஆகவே, அதைத் தப்பு ஸ்தோத்திரமாகத்தான் எடுத்துக் கொண்டு, சும்மா, வாயை மூடிக் கொண்டு. 'கிட அப்பா' என்று அவனிடம் சொல்லுவேன்' என்றேன்.

'நீ சொல்லுவது சரி; அப்படித்தான் செய்ய வேண்டும். நீ சொன்னது மாதிரியே புருஷோத்தமனும் செய்திருக்க வேண்டும்

என்று உனக்குத் தோன்றவில்லையா?' என்று கணபதிராயன் என்னைக் கேட்டான். எதற்காக என்று நான் திரும்பக் கேட்டேன்.

'காரணமில்லாமல், புருஷோத்தமனுடைய நாட்டின் பேரில், அலெக்ஸாண்டர் ஆக்கிரமிப்புச் செய்தான். எனவே, அலெக்ஸாண்டர் நியாயத்துக்கு விரோதி; புருஷோத்தமனுடைய நாட்டுக்கு எதிரி, அவனோடு சண்டை போட வேண்டியது புருஷோத்தமனுடைய கடமை. தீரத்தோடு போர் புரிந்தான் என்பதில் நமக்கு எல்லோருக்கும் மகிழ்ச்சிதான். ஆனால் தன் நாட்டின் எதிரி, நியாயத்தில் நம்பிக்கை இல்லாத மண்வெறி கொண்ட மனிதன், தன்னைப் போர்க்களத்தில் முறியடித்த பகைவன் அலெக்ஸாண்டர் என்பதை மறந்து, அவனிடமிருந்து, வீர வாளைப் புருஷோத்தமன் சன்மானமாகப் பெறலாமா? புருஷோத்தமனைப் போரில் தேற்கடித்தது மல்லாமல், அவனைத் தனக்கு சாசுவத அடிமையாகச் செய்ய, அலெக்ஸாண்டர், வீர வாள் சன்மான யுக்தியைக் கைக் கொண்டான் என்று முடிவு கட்டிக் கொள்ளுவதுதான் சரியானதாகும். புருஷோத்தமன் சன்மானத்தைப் பெற்றுக் கொண்டது. சூட்சுமமான தேசத் துரோகமாகும்' என்று கணபதிராயன் சொன்னான்.

'எப்படி சூட்சுமமான தேசத் துரோகம் என்கிறாய்? எனக்கு விளங்கவில்லையே!' என்று நான் அவனைக் கேட்டேன்.

'அது வெளிப்படையாகத் துரோகம் இல்லைபோல உனக்குக்கூட தோன்றுகிறதல்லவா? அதுதான், அலெக்ஸாண்டர் கைக்கொண்ட ராஜதந்திரத்தின் அழகு. எதிரியாக இருந்தாலும் தீரத்தைப் பாராட்டக் கூடாதா என்று நீ கூட ஏமாந்து போய் சொல்லும்படியாக, அந்த ராஜ தந்திரம் அவ்வளவு அழகான சூட்சுமத்தோடு அமைந்திருக்கிறதல்லவா? நாட்டின் விரோதியோடு, நியாயத்தைக் காலால் மிதித்துக் காரியம் செய்பவனோடு சல்லாபம் செய்வது தெளிந்த துரோகமாகும். இதை, நுட்பமாகப் பார்த்தால் தான் தெரியும்' என்றான் கணபதிராயன்.

'கணபதி ராயா! உனக்கு வந்தனம். நீ சொல்லுவது போல, புருஷோத்தமன், அவனை அறியாமலே துரோகம் செய்து விட்டான். அது இவ்வளவு காலமாக, என் கண்ணில் படவே இல்லையே! ஆச்சரியம்தான். ஒரு செயல் பார்வைக்கு நேர்மை யுள்ளதைப்போல இருக்கலாம். ஆனால் அதை ஊடுருவிப் பார்த்தால், அதன் இயல்பான கெட்ட தன்மை தெரியும் என்பதை நீ எனக்கு எடுத்துக் காண்பித்ததற்காக உனக்கு

வந்தனம். சிறியதாயினும் சரி, பெரியதாயினும் சரி, எந்தக் காரியத்தையும் நிதானத்துடன் யோசித்துப் பார்த்துத்தான் செய்யவேண்டும் என்பது எனக்கு இப்பொழுது நன்றாகப் புலப்படுகிறது' என்றேன்.

'புருஷோத்தமன் காலத்தில் இருந்த நான், இந்த விபரீதத்தின் உண்மையைக் கண்டேன். பலரிடம் சொன்னேன். ஆனால் என் வார்த்தை எடுபடவில்லை. எதிலும் தீர்க்கமான விரோதத்தைப் பாராட்டுவது புத்திசாலித்தனம் அல்லவென்றும், நான் காண்பித்தது சின்னப் புத்தி என்றும் என்னைக் கண்டித்துப் பேசினார்கள். நான் காண்பித்தது சின்னப் புத்தி அல்ல. நான் செய்தது எச்சரிக்கை. ஆனால், நான் சின்ன மனிதனாக, அப்பொழுது இருந்ததனால், என் வார்த்தையை யாரும் லட்சியம் செய்ய வில்லை. தராசுமுனை தவறிப்போய் விட்டது என்பது எனக்குத் தெரியும். மற்றவர்களுக்குத் தெரியவில்லை. இதைக்கண்டு நான் மிகுதியும் வருத்தப்பட்டேன். இந்தச் தேசத்துக்கு என்னென்ன விபரீதங்கள் ஏற்படப் போகின்றனவோ என்று பயந்தேன். நான் பயந்ததெல்லாம் உண்மையாகவே நடந்து விட்டன' என்று கணபதி ராயன் மிக்க வருத்தத்தோடு சொன்னான்.

'கணபதி ராயா! நீ சொல்லுவது உண்மைதான். பிச்சை போடுவது கடமை என்கிறோம். பிச்சை எடுப்பது இகழ்ச்சி என்று அதே வாயால் சொல்லுகிறோம். பிச்சை எடுப்பது இகழ்ச்சியாயின், அந்த இகழ்ச்சியை நிலை நாட்டச் செய்த காரியம் போல் அல்லவா ஆகிவிடுகிறது? ஆகவே, பிச்சை போடுவதன் சூட்சுமத்தைத் தெரிந்து கொள்ளாமல் இருப்பது தவறுதான். இப்படியே, பல சம்பவங்கள் சாதுர்யத்தனமான போர்வையோடு விளங்குகின்றன. ஆனால், அதன் உண்மையான தன்மை, பல தலை முறைகளில் ஊடுருவிப் பாய்ந்து, வெளியே வந்து விடுகிறது. அது விபரீதமான விகற்பமாக, முடிவில் சொரூபம் எடுத்துவிடுகிறது; நீ சொல்ல எத்தனித்தது எனக்கு இப்பொழுது நன்றாக விளங்குகிறது, அப்பா என்றேன்.

'பிரமாதமாகப் போக வேண்டியதில்லை. பிறரிடத்தில் அன்புவேண்டும் என்று சொல்லி, தன்னிடத்தில் இருப்பதை யெல்லாம் பிறருக்கு ஒருவன் கொடுப்பானானால், அவன் ஒட்டாண்டியாகப் போகமாட்டானா? எந்த நல்ல உணர்ச்சி யையும் பரிபூரணமாக வெளிக்காண்பிப்பது என்பது முடியாத காரியம். எவ்வித உத்தமமான உணர்ச்சியையும் வெளிக்காண் பிப்பதற்கு ஒரு எல்லை உண்டு' என்றான் கணபதிராயன்.

'விளங்கும்படியாகச் சொல்' என்று நான் அவனைக் கேட்டேன்.

டில்லியிலே, முன்னொரு காலத்தில் பிருதிவிராஜன் என்று பராக்கிரமம் பொருந்திய ஓர்அரசன் இருந்தான். அவன் மகம்மது கோரி என்ற பகைவனைத் தானேசுவரம் என்ற போர்க் களத்தில் ஆறு தடவை, முதுகு காட்டி ஓடும்படி அடித்தான். ஒவ்வொரு வெற்றிக்குப் பின்னும் பிருதிவிராஜன், மகம்மது கோரியை மன்னித்து, அவனுக்குத் தேவையான உணவுப் பொருள் களைக் கொடுத்து, அவனுடைய இருப்பிடத்துக்குச் செல்லும் படி அனுமதி கொடுத்தான். எதிரிக்கும் இரங்குதல் என்பது மகத்தான நல்ல உணர்ச்சி அல்லவா? என்று கணபதி ராயன் என்னைக் கேட்டான்.

'சந்தேகமென்ன!' என்று நான் வெடுக்கென்று சொன்னேன்.

'ராமா! உன்னைப் போலவே, பிருதிவி ராஜனும் ஏமாந்து போனான். பிருதிவி ராஜனுடைய கருணைக்குப் பாத்திரமான கோரி என்ன செய்தான் தெரியுமா? ஏழாவது தடவை, பிருதிவி ராஜனை எதிர்த்து வந்து, அவனைப் போரில் வென்று, கொன்றும் விட்டான். நன்றி மறந்த கோரிக்குப் பக்கபலமாக நின்று ஒத்தாசை செய்தான், பாஞ்சால மன்னன் ஜய சந்திரன்' என்று கணபதி ராயன் வருத்தத்தோடு சொன்னான்.

'பாஞ்சால மன்னனுக்கு ஏன் இந்தக் கெடுபுத்தி வந்தது?' என்று நான் கேட்டேன்.

'ராமா! அதை ஏன் கேட்கிறாய்? இந்தத் தேசமே, ஒரு விசித்திரமான தேசம். பாஞ்சால மன்னனுடைய மகள் பத்மினி, பிருதிவி ராஜனிடம் காதல் கொண்டதுதான் அவனுடைய துரோகத்துக்குக் காரணமாக ஏற்பட்டது. பிருதிவி ராஜனுடைய வமிச பரம்பரை, பாஞ்சால மன்னனுடைய வமிச பரம்பரையைக் காட்டிலும் மட்டமானதாம்! எனவே, பிருதிவிராஜன் எவ்வாறு தன் மகளைக் காதலிக்கலாம் என்று ஆத்திரப்பட்டு, அந்த ஜயசந்திரன் தேசத்துரோகம் செய்யக் துணிந்தான் பார், இந்த விபரீதத்தை' என்று கணபதிராயன் நெஞ்சு உடைந்து போவது மாதிரி சொன்னான்.

'கணபதி ராயா! ஏன் இந்த இழவு ஓலைகளையெல்லாம் என்னிடம் வாசிக்கிறாய்? நீ சொல்லச் சொல்ல, என் துக்கம் அதிகரித்துக்கொண்டே போகிறது. மனிதன் துக்கப்படத்தான் பிறந்தானா? மனிதனைப் பற்றிப் பொதுவாகப் பேசவேண்டிய

தில்லை. துக்கத்தை மட்டும் அனுபவிப்பதற்காகத்தான் நான் பிறந்திருக்கிறேனோ, என்ன' என்று நான் அவனை ஆத்திரத்தோடு கேட்டேன்.

'நான் குறிப்பிட்டுக் கொண்டு வருகிறேனே, அந்தச் சம்பவங்கள் தான் உன் துக்கத்துக்கு மூல விதைகள். இந்தத் தேசம் பாழடைந்து போனதற்கும் அவைகளே காரணங்கள். சாக்கடைக்குப் பக்கத்திலிருப்பவன் துர்நாற்றத்தை அனுபவிக் காமல் இருக்க முடியுமா? இந்த மாதிரி பரம்பரையினாலே தான், நீயும் நானும் மற்றவர்களும் இப்பொழுது அடிமைகளாக வாழ்ந்து, அனவரதமும் துக்கத்தை அனுபவித்துக் கொண்டிருக் கிறோம். தேசத்துக்குக் கேடு விளைவிக்கும் படியாக, பெரியார்கள் அவ்வப்போது, ஆயிரம் வருஷங்களாகச் செய்து கொண்டு வந்ததால்தான், ஹிந்துக்கள் சீரழிந்து வாழ்கிறார்கள்' என்றான் கணபதி ராயன்.

'இன்றைக்கு இதோடு போதும், அப்பா! உன் கதை. எனக்குத் தூக்கம் வருகிறது' என்றேன். 'நல்லது' என்று அவன் மறைந்து போய் விட்டான்.

அத்தியாயம் - 5

துரோகத்துக்குப் பெருமை

முதல் நாள் கணபதிராயன் சொன்னதைப் பற்றி யோசித்து, யோசித்துப் பார்த்தேன். நம்மவர்கள் பலவீனமடைந்து வாழ்வதற்கான காரணங்கள் இன்றைய நேற்றைய நிகழ்ச்சிகள் அல்ல என்பது தெளிவாக, மனத்தில் பட்டது. நீண்ட கால பாபம், ஒரு நொடியில் போக வேண்டும் என்று ஆசைப்பட்டால், அது சாத்தியமான சங்கதியா என்று நானே சொல்லிக் கொண்டேன். அந்தச் சமயத்தில் 'ராமா' என்று கணபதிராயன் 'கணீர்' என்ற குரலில் கூப்பிட்ட சத்தம் காதில் விழுந்தது.

'நீ இன்னும் தூங்கவில்லையா? இப்பொழுது மணி பத்து இருக்குமே! இவ்வளவு நேரம், ராத்திரியில் தூங்காமல் இருக்கலாமா?' என்று ராயன் பரிவுடன் கேட்டான். 'அப்பா! கணபதி ராயா! தூக்கம் என்பது தானாக வரும் சம்பத்து. அதை யாரும் தேடி அடைய முடியாது. மூன்று நாள் சேர்ந்தால் போல விழித்திருந்து, மூன்று நாள் சேர்ந்தால் போல தூங்கும் பெரியார்கள் இருக்கிறார்கள். ராத்திரியிலே தூக்கம்வரும்

என்பது பொது விதியேயொழிய, அது மாற்றமுடியாத சட்டமல்ல. எனக்குத் தூக்கம் வரவில்லை. அதனாலேதான் தூங்கவில்லை' என்றேன்.

'அப்படியானால், ஒன்று சொல்லுகிறேன். கேள். முன் ஒரு காலத்தில், ஒரு புராணிகர் புராணம் படித்துக் கொண்டிருந்தார். படித்தது ராமாயணம். புராணிகர் அழகாகப் பேசுபவர். அவர் என்ன சொல்லுகிறார் என்பதைக் கேட்க, எனக்கு ரொம்ப ஆசை. நல்ல கூட்டம். கேட்க வந்தவர்கள், புராணிகரின் வாக்கு சாதுர்யத்தை வெகுவாக ரசித்துக் கொண்டிருந்தார்கள்.அந்தச் சமயத்தில், தானும் கூட்டத்தில் ஒருவனாக உட்கார்ந்து, புராணம் கேட்டான். அன்றைக்கு, விபீஷண சரணாகதி கட்டம் ராமன் ...

கணபதிராயன் மேலே சொல்லுவதைத் தடுத்து, விபீஷணன் உத்தமமான ராம பக்தன் அல்லவா என்றும், விபீஷணன் ஆழ்வார் அல்லவா என்றும் உற்காசத்துடன் கேட்டேன்.

'பொறு நான் சொல்வதை கேட்டுக் கொண்டு வா. அவசரப்படாதே. புராணிகர் கோர்வையாக, விபீஷணன், ராமனிடம் சரணாகதி செய்ததையும். அவனுக்கு ராமன் அபயப் பிரதானம் அளித்து, லங்கையின் மகுடத்தையும் அவனுக்கு உவந்து கொடுத்ததையும் சாங்கோ பாங்கமாகச் சொன்னார். இதைக் கேட்டுக் கொண்டிருக்க, என் மனம் இடங் கொடுக்கவில்லை. சகோதரத் துரோகியான, சண்டாளனான விபீஷணனை, வால்மீகி, ராமாயணத்தில் இவ்வளவு பெருமைப்படுத்தி விட்டாரே என்று நான் சற்று உரக்க முணுமுணுத்தேன். புராணிகருக்குக் கோபம் வந்துவிட்டது. அவருக்கும் எனக்கும் வாக்குவாதம் உண்டாயிற்று' என்றான் கணபதிராயன்.

'நல்ல, ரசமான பகுதியில் நிறுத்தாதே. மேலே நடந்ததைச் சொல்' என்றேன். 'சரி, கேள்' என்றான். வாக்குவாதம் இவ்வாறு நடந்தது.

புராணிகர்: யாரப்பா! அதிகப் பிரசங்கி? நீ யார். விபீஷணன் சகோதரத் துரோகி என்று சொல்லுவதற்கு?

நான் : என் மனசிலே பட்டதைச் சொன்னேன். நான் சொன்னது தவறாயிருந்தால். தவறு என்பதை ருசுப் படுத்துங்கள். நீங்கள் கல்விமான். என்னைப் போன்றவர்களின் அற்ப சந்தேகத்தை நீங்கள் பொறுமையோடு சமாதானம் சொல்லித் தீர்க்க வேண்டும் ஆத்திரப்படக் கூடாது.

புராணிகர் : விபீஷணன் சகோதரத் துரோகி என்று நீ எப்படிச் சொல்லுகிறாய்?

நான் : பரதனுக்கும் விபீஷணனுக்கும் உள்ள வித்தியாசத்தைப் பாருங்கள். கைகேயியும் கூனியும் சூழ்ச்சி செய்து, பரதனுக்கு ராஜ்யத்தை, தசரதனிடமிருந்து வாங்கிக் கொடுத்தார்கள். ராமன் காட்டுக்குப் போய்த் திரும்பி வருகிற பதினான்கு வருஷ காலமாவது பரதன் ராஜபோகத்தை அனுபவித்திருக்கலாம். பரதன் அப்படிச் செய்யவே இல்லை. பரதன், தன்னை ராமனுடைய பணியாளாக எண்ணிக் கொண்டான். விபீஷணனோ, லங்கா பட்டணத்தின் மகுடத்தை ராமனிடமிருந்து பெற்றுக் கொண்டான். இந்த மகுடம், அண்ணன் ராவணனைக் காட்டிக் கொடுத்தற்குப் பரிசு என்று ஏன் சொல்லக் கூடாது?

புராணிகர் : ஸ்ரீராமனுடைய கட்டளைக்கு இணங்கி விபீஷணன் பட்டத்தை ஏற்றுக் கொண்டார்.

நான் : ராவண சம்ஹாரம் ஆகுமுன்னமேயே, ராமன் விபீஷணனுக்கு 'இந்தா! லங்கா பட்டணம்' என்று தானம் கொடுக்க வேண்டியதன் சூட்சுமம் என்ன? ராமன், மகா சாமார்த்தியசாலியான ராஜதந்திரி என்பதை நான் ஒப்புக் கொள்ளுகிறேன். ராமபக்தி மேலீட்டால், விபீஷணன் சரண் புகுந்திருந்தால், விபீஷணன் மகுடத்தை ஏற்றுக் கொண்டிருக்க மாட்டான். பரதனுடைய பக்தியை விபீஷணனிடம் நாம் காண முடியவில்லை. அண்ணனுடைய மகுடத்தைத் தம்பி கூச்ச மில்லாமல் வாங்கிக் கொண்டானே என்று லோகாபவாதம் ஏற்படுமே என்பதற்குக் கூட, விபீஷணன் பயப்படாமல் காரியம் செய்ததைப் பார்த்தால் அவன் மறுக்கலப்பில்லாத பக்தன் என்று திட்டமாகச் சொல்ல முடியாது. அண்ணனைக் காட்டிக் கொடுத்துவிட்டுப் பட்டத்தைப் பெறும் தம்பியைப் பக்தன் என்று சொல்ல முடியுமா? பக்தி என்றும், லோக நியாயம் என்றும் யுக்தி செய்து கொண்டு, யாரும் எளிதிலே, நாட்டுக்கும் சகோதரர் களுக்கும் துரோகம் செய்யத் துணிந்து விடலாமோ? பரதன் ராஜ்யம் வேண்டாம் என்று மறுத்ததைப் போல, விபீஷணனும் செய்திருக்க வேண்டும். அப்படி, அவன் செய்திருந்தால், அவனை, ஒருக்கால் பக்தன் என்று சொல்லியிருக்கலாம்.

புராணிகர் : ஏன், ஒருக்கால் என்று ஷரா போடுகிறாய்?

நான் : துரியோதனன் துர்க்கட்சி பிடிக்கிறான் என்பது பீஷ்மன், துரோணன், கிருபன் முதலியவர்களுக்குத் தெரியும். என்றாலும், அவர்கள் எஜமானத் துரோகம் செய்து, பாண்டவர்களோடு சேர்ந்துவிடவில்லை. இதைத்தான் சாதாரண மக்கள் கஷ்டமில்லாமல் புரிந்து கொள்ள முடியும். விபீஷணனுடைய மனசிலே இன்னதுதான் ஓடிக்கொண்டிருந்தது என்று திட்டமாகச் சொல்லுவதற்கு, உறுதியான பிரமாணங்கள் கிடையாது. லங்கையின் மகுடாபிஷேகத்தை வேண்டாம் என்று விபீஷணன் கண்டிப்பாய்ச் சொல்லியிருந்தால், அவன் ராஜ்ய ஆசை கொண்டு, ராமனிடம் சரணாகதி செய்யவில்லை என்று சொல்லலாம். அப்படி ஒன்றும் அவன் செய்யவில்லை. எனவே, விபீஷணனுடைய செயல், சுயநலம்தானோ என்று சொல்லும்படியாக சந்தேகப் புகைக்குள், அகப்பட்டுக் கொண்டு திணறுகிறது. நான் நீதிபதியாக இருந்தால், விபீஷணனுக்குச் சாதகமாகத் தீர்ப்புக் கொடுக்க மாட்டேன்.

புராணிகர் : உன்னைப் போன்ற நாஸ்தீகன் நீதிபதியாக இருந்தால், உலகம் நிச்சயமாகப் பாழாகத்தான் போய்விடும்.

புராணிகர் இப்படிச் சொன்னதுதான் தாமதம். இரண்டு மூன்று அதமர்கள், ஆர்ப்பாட்டத்தோடு எழுந்திருந்து, என் பேரில் கை வைத்துவிட்டார்கள். என்னை, நன்றாக அடித்து, துவட்டி எடுத்து விட்டார்கள். பக்திக்கும் துரோகத்துக்கும் வித்தியாசம் தெரியாத முரட்டு மூடாத்மாக்கள் இருக்கும் கூட்டத்தில் வேறு என்ன எதிர்பார்க்க முடியும்? என்னை அடித்துப் பயமுறுத்தினதால் என் கருத்தை அவர்களால் நசுக்கிக் கொன்றுவிட முடிந்ததா?

விபீஷணனுடைய செயலைப் பக்தியாகக் கொண்டாடும் தேசத்திலே, தங்களை அறியாமலே. ஆயிரக் கணக்கானவர்கள், தேசத் துரோகிகள் ஆகிவிட்டார்கள்.

இவ்வாறு கணபதிராயன் சொல்லிவிட்டு, 'நீ விழித்துக் கொண்டிருக்கிறாயா, அல்லது தூங்குகிறாயா' என்று என்னைக் கேட்டான்.

'நான் தூங்கவில்லை அவர்கள் அடித்ததை, நீ எப்படித் தாங்கிக் கொண்டிருந்தாய்? உனக்கு உடம்பு நோகவில்லையா?' என்று கேட்டேன்.

கோதைத் தீவு

'தாங்கள் யோசிக்கும் திறமையை இழந்த முழு மூடர்கள் என்று அவர்கள் தெரிவித்துக் கொண்டார்கள். என்னை அடித்ததன் மூலமாக, அகம்பாவத்திலே ஊறிக் கிடக்கும் அறியாமை தாண்டவமாடும்பொழுது, அதைப் பார்த்தால், உடம்பு வலி தோன்றவே தோன்றாது. அறிவையும் ஆண்மையையும் இழந்த மடையர்களின் பேரில் எனக்குப் பரிதாபம் உண்டாயிற்றே யல்லாமல், அவர்கள் அடித்ததனால் வலி உண்டாகவே இல்லை. என் மனது என் உடம்பில் பொருந்தியிருந்தால், எனக்கு வலி உணர்ச்சி ஏற்பட்டிருக்கலாம். என் மனது அவர்களிடம் பரிதாபத்தோடு ஒட்டிக் கொண்டிருந்த பொழுது, எனக்கு வலி உணர்ச்சி எப்படி உண்டாகும்? என்று கணபதிராயன், நான் நம்ப முடியாதபடி, கதை கதைத்தான்.

'என்ன அளக்கிறாய்?' என்றேன். 'அதிருக்கட்டும் நீ கடுமையான வெயிலில், காலில் செருப்பில்லாமல் நடந்திருக்கிறாயா?' என்று அவன் என்னைக் கேட்டான். 'எத்தனையோ தடவை நடந்திருக்கிறேன்' என்றேன். 'நீ ஏதேனும் ஒன்றைப் பற்றி, மனத்தில் யோசித்துக் கொண்டே நடக்கையில், உன் கால் சுட்டிருக்கிறதா?' என்று அவன் என்னைக் கேட்டான். 'உண்மை; நீ சொல்லுகிற அனுபவம் எனக்கு இருந்ததுண்டு. மனது நமது உடம்பிலே தரிக்காதவரையிலும், கால் சுடுகிறதில்லை தான். ஆமாம்' என்றேன்.

'இதையே, நீ இன்னும் கொஞ்சம் விவரமாக கற்பனை செய்து பார்த்தால், அவர்கள் அடித்த பொழுது, எனக்கு வலி உணர்ச்சி ஏற்படவில்லை என்பது உனக்குப் புலனாகும்' என்று கணபதிராயன், பள்ளிக்கூட வாத்தியார் பாடம் போதிப்பதைப் போல, எனக்கு போதனை செய்தான்.

'என்னமோ, மொட்டைத் தலைக்கும் முழுங்காலுக்கும் பிணைக்கப் பார்க்கிறாய். உன் வாதம் தர்க்க சாஸ்திரத்துக்குப் பொருத்தமுள்ளதுதான். ஆனால், அது அனுபவத்துக்கு ஒவ்வி வருமா என்று சந்தேகப்படுகிறேன். இருந்தாலும் நீ சொன்னதை நம்ப ஆசைப்படுகிறேன்' என்றேன்.

'நான் சொன்னதை நம்பு, வலி உணர்ச்சி ஏற்படாம லிருப்பதற்கு, ஒரு வகை பயிற்சியிருந்தால் போதும். அதற்காக பிரமாதமாக தவம், யோகம் எதுவும் செய்ய வேண்டிய தில்லை. நீ தூங்கு' என்று சொல்லிவிட்டு, கணபதிராயன் மாயமாய் மறைந்து போய் விட்டான், நானும் தூங்கிப் போய்விட்டேன்.

அத்தியாயம் - 6

அர்த்தமாகாத நடத்தைகள்

'ரொம்ப குஷியாக இருக்கிறாப்போல தோன்றுகிறதே, ராமா' என்று சொல்லிக் கொண்டே, கணபதி ராயன் வந்தான். ஆம், நான் சிறிது சந்தோஷமாகத் தான் இருந்தேன். மனோலோகத்திலே, எனக்கு எவ்வித மாறுதலும் ஏற்படவில்லை, சந்தோஷம் உண்டாவதற்கு, நாலைந்து நாட்களாக இரவிலே நல்ல தூக்கம். அதன் பயன்தான். இந்த சந்தோஷம், சந்தோஷமும் உல்லாசமும் தானாகவே தோன்றும். இது இயற்கை.

'சொல்லுவதில் உண்மை இருக்கிறது. கொஞ்சம் குஷி தான். ஆனாலும், நீ, பழைய நிகழ்ச்சிகளுக்கு, புது மாதிரி வியாக்கியானம் செய்து, எனக்குப் பொறி தட்டும்படியாகச் செய்து வருகிறாய்' என்றேன்.

'ஒவ்வொருவருடைய நடத்தையும் தெளிவு கொண்டதாக இருக்க வேண்டும். தர்ம சாஸ்திரம் எல்லாருக்கும் புரியும் படியானதாயிருக்க வேண்டும்; அது தர்ம சங்கடமாக இருக்கப் படாது. ஒருவனுக்கு, தர்மசங்கட நிலைமை ஏற்படுமாயின், அவனால் எவ்வித காரியமும் செய்ய முடியாது. குறிப்பிட்ட ஒரு சந்தர்ப்பத்தில் இதைத்தான் செய்ய வேண்டும் என்று தர்ம சாஸ்திரம் தெளிவாக எடுத்துச் சொல்ல வேண்டும். இல்லா விட்டால் வேலையிலே மனம் ஓடாமல், ஸ்தம்பித்து நின்று போகும்' என்று கணபதி ராயன் சொன்னான்.

'எதற்காக, நீ இவ்வளவு விஸ்தாரமான பீடிகை போடுகிறாய் என்று தெரியவில்லை. நீ மேலே சொல்லிக் கொண்டு போ' என்றேன்.

கணபதிராயன் சொல்லுகிறான் :- 'இரண்டு மூன்று துக்கடாக்களைச் சொல்லுகிறேன். கேள். சிபி என்ற சக்கரவர்த்தி ஒருவன் இந்த நாட்டில் இருந்தான். பரமதயாளு என்று அவன் பெயர் எடுத்து வந்தான்.

'அரண்மனைக் குள்ளிருந்த பூங்காவனத்தில், அவன் ஒரு நாள் தன்னந்தனியே உட்கார்ந்து கொண்டிருந்தான். அந்தச் சமயத்தில், அவன் காலடிக்குச் சிறிது தூரத்தில், என்னை யாரும் காப்பாற்றமாட்டார்களா என்று கேட்பது போன்ற சத்தம் செய்து கொண்டு, மண்ணில், ஒரு புறா விழுந்தது. அதை

வேட்டையாடிக் கொண்டு துரத்தி வந்த பருந்து அடுத்த வினாடியில், மண்ணில் வந்து குதித்தது.

‘இதைப் பார்த்துக் கொண்டிருந்த சிபி என்ன செய்தான்? தஞ்சம் என்று வந்தடைந்த புறாவைக் காப்பாற்ற வேண்டியது தனது கடமை என்று கொண்டான். நியாயம். ஆனால் அத்தோடு, அவன் நின்றுவிடவில்லை. புறாவைக் காப்பாற்றினான். பருந்துக்கு ஆகாரம் இல்லாமல் போகுமே என்று அங்கலாய்த்துக் கொண்டான். பருந்துக்கு உணவு கொடுப்பதும் தனது கடமை என்பது அவனது எண்ணம். இப்பொழுது அவன் சிக்கலான தர்ம சங்கட நிலைமையில் அகப்பட்டுக் கொண்டான். இந்தச் சந்தர்ப்பத்தில் தான் என்ன செய்கிறது என்பது அவனுக்கு விளங்கவில்லை.

‘தன் தொடையிலிருந்து சதையை அறுத்துப் பருந்துக்குப் போட்டு, புறாவை அவன் காப்பாற்றினான். இது கதை. சிபி செய்தது சரியா, இல்லையா என்று நான் உன்னைக் கேட்கிறேன். ராமா! நீ சொல்லு’ என்று கணபதிராயன் என்னைக் கேட்டான்.

‘சிபி செய்தது அசட்டுக் காரியம். தினம் தினம் இவ்வாறு செய்து கொண்டிருந்தால், அவன் கதி என்னவாகும்? பருந்து புறாவை அடித்துத் தின்பது தினசரி சம்பவம். அதைச் சிபியால் தடுக்கமுடியுமா? சிபி செய்தது தற்காலிகமான மாற்றுமல்ல; அது எக்காலத்துக்கும் எல்லா சந்தர்ப்பத்துக்கும் பொருந்தியது மல்ல’ என்றேன்.

‘ராமா! நீ சொன்னது சரி. சிபி செய்தது அசட்டுத்தனமான வேலை. ஒன்று அவன் பருந்தைக் கொன்றிருக்க வேண்டும். அல்லது பருந்து புறாவை அடித்துத் தின்பது சகஜம் என்று சும்மா இருந்திருக்க வேண்டும். இரண்டில் ஒன்றுதான் தெளிந்த நடத்தையாகும். இப்படிச் செய்தால்தான், அது எல்லாருக்கும் புரியும். அதை எல்லோரும் அனுஷ்டானத்துக்குக் கொண்டு வருவார்கள். சிபி செய்ததை அவனே இரண்டாவது தடவை அனுஷ்டானத்துக்கு கொண்டு வர முடியாதே! அப்படி இருக்க, அதை சாதாரண ஜனங்கள் பின்பற்ற முடியுமா? அசட்டுத் தனமான காரியம் செய்த சிபி, மகத்தான காரியம் செய்து விட்டான் என்று அவனை உலகம் புகழும் பொழுதுதான், பொறுமை என்னை விட்டு ஓடிப்போகிறது’ என்றான் கணபதி ராயன்.

‘தினம் தினம் நம்மால் விருந்து ஏற்பாடு செய்ய முடியுமா? ஏதோ வருஷத்துக்கு சில நாட்களை, விருந்து நாட்களாகச்

செய்ய முடியும். சிபி செய்தது, விருந்தைப் போல என்று வைத்துக் கொள்ளேன்' என்று நான் சொன்னேன்.

'அது விருந்தைப் போலத்தான். அதை தினசரி வாழ்க்கையில் அனுஷ்டானத்துக்கு கொண்டுவர முடியாது. ஆகவே, சிபியின் நடத்தை, அர்த்தமில்லாத நடத்தை. அதைக் கண்டிக்க வேண்டுமே யல்லாமல், அதைக் கொண்டாடுவது மிகத் தவறாகும். நமது ராஜாக்களில் பெரும்பான்மையோர் இப்படித்தான் அசட்டுத் தனமான காரியங்கள் செய்திருக்கிறார்கள். நெல் காய்க்கும் மரம் என்று உளறின அரசர்கள்தான் நம் நாட்டிலே அனந்தம்' என்றான் கணபதி ராயன்.

'நீ சொல்லுகிறது உண்மைதான் போலிருக்கு, அப்பா' என்று நான் மெதுவாகச் சொன்னேன். கணபதி ராயன் அடுத்தாற்போல சொன்னதாவது : - 'நளனும் தமயந்தியும் மிகச் சிறந்த காதலர்கள் என்கிறார்கள். தன் காதலைத் தெரிவிப்பதற்காக நளன், தமயந்தியினிடம் அன்னத்தைத் தூது அனுப்பினான் என்கிறார்கள். நளனும் தமயந்தியும் நகமும் சதையும் போல வாழ்ந்தவர்கள் என்று ஒரே அடியாக, ஆகாயத்தை முட்டும் படியாகப் புகழுகிறார்கள். தூய, தன் மெய்க்காதலைச் சொல்ல அன்னத்தைத் தூது அனுப்பிய நளன் என்ன செய்தான்?

'அவன் புஷ்கரன் என்ற சிற்றரசனோடு சூதாடினான். நாட்டை இழந்தான். நளன் தன் சொந்த நாட்டை விட்டுப் போகும்படி ஆயிற்று. பொறுப்புள்ள மன்னன் சூதாட்டத்துக்கு இசையலாமா? அது போகட்டும். நளனும் தமயந்தியும் தங்கள் நாட்டைவிட்டு வெளியேறினார்கள். காட்டு மார்க்கமாகச் சென்றார்கள்.

இரவு. நல்ல இருட்டு, நடுச்சாம சமயம். காட்டில் காதலர்கள் இருவரும் நித்திரையில் ஆழ்ந்திருந்தார்கள். நளன் தூங்க வில்லையோ, என்னமோ! அவன் எழுந்திருந்தான். தமயந்தியின் தூக்கத்தைக் கலைக்காமல், அவளுடைய சேலையைப் பாதியாகக் கிழித்து, தான் கட்டிக் கொண்டு, நளன் கம்பி நீட்டி விட்டான். நளன் செய்தது மாதிரி, ராமா! நீ செய்வாயா?' என்று கணபதி ராயன் என்னைக் கேட்டான்.

'நான் நளனைப் போல அரசனுமல்ல; அவனைப் போல, நான் கபோதியுமல்ல. என்னை, அவனோடு சேர்த்து, அவமானப் படுத்தாதே. நளன் காவலனுமல்ல, காதலனுமல்ல, கணவனுமல்ல. அவன்பொறுப்பில்லாத, கையாலாகாத கபோதி, பெண்ணை,

நிர்க்கதியாக, காட்டில் இரவில், இருளில் விட்டுப்போகும் நெஞ்சம் படைத்தவன் கிராதகனல்லவா!' என்றேன்.

'நளன் ஏழரை நாட்டுச் சனியனுடைய தூண்டுதலால் இப்படிச் செய்தானாம்! ஊழ்வினையோ, சூழ்வினையோ, அதனால் அவன் அப்படிச் செய்தானாம்' என்று கணபதிராயன் சொன்னான்.

'ஊழ்வினை, சூழ்வினை என்று சமாதானம் சொல்லி, கொலைக் குற்றத்திலிருந்து கூட தப்பித்துக் கொள்ளலாம் போலிருக்கே' என்று நான் சிரித்துக் கொண்டு சொன்னேன்.

'கானகத்துக் காதலியைக் காரிருளில் கைவிட்டுக் போனதுவும் வேந்தர்க்குப் போதுமோ?' என்று தமயந்தி உள்ளம் குமுறினதாக, புகழேந்தி வெகு நயமாகப் பாடியிருக்கிறார். நளன் செய்த அற்பத்தனமான காரியத்துக்கு, ஊழ்வினை என்றும், சூழ்வினை என்றும் சமாதானம் சொன்னால், அது நியாயமாகுமா? இப்படி யெல்லாம், அசட்டுத்தனமான காரியங்களைச் செய்து, சமாதானம் சொன்னால் நமது தேசம் ஏன் சீரழிந்து போகாது?' என்று கணபதிராயன் ஆத்திரத்தோடு கேட்டான்.

'கணபதிராயா! நீ சொல்லுகிறது உண்மை. பொறுப்பை வளர்க்கும் முயற்சியில் நம்மவர்கள், சுமார் ஆயிரம் ஆண்டுகளாக, சிரத்தை கொள்ளாமல், பொறுப்பைத் தட்டிக் கழிக்கும் சமாதானத்திலே தான் முஸ்தீப்பாக நின்றிருக்கிறார்கள். பிறன் பேரில் பழியைப் போட்டு, தன் பொறுப்பைக் கழித்துக் கொள்ளப் பார்ப்பது ஈனத்தனமாகும்' என்று நான் சொன்னேன்.

'தமயந்தியாவது, இரண்டாவது கலியாணம் என்று சொல்லி, நளனுடைய மனத்தைக் கொஞ்ச காலத்துக்காவது கலங்கச் செய்து, அவனுக்கு ஒரு வகையில் தண்டனை கொடுத்தாள். தமிழ் நாட்டிலே ஒரு விநோதம் நடந்தது, உனக்குத் தெரியுமா?' என்று ராயன் என்னைக் கேட்டான்.

'நீயே சொல்' என்றேன். கணபதிராயன் சொல்லுகிறேன்: உனக்கு, கண்ணகி - கோவலன் கதை தெரியாதா? கோவலன் கண்ணகியை மணந்த கோடீசுவரன். பல கப்பல்கள் ஓட்டிய வணிகன். அவன் கண்ணில், கண்ணகி பெரிதாகப் படவில்லை. விலை மாது மாதவியினிடம் அவனுக்கு மோகம். அவன் அந்தத் தாசி வீட்டுக்குப் போய்க்கொண்டிருந்தான். கண்ணகி மனம் உடைந்து கொண்டே போனாள்.

கோவலனுடைய செல்வம் கரைந்து போய்விட்டது. மாதவியின் உறவிலும் அவனுக்குச் சலிப்புத் தட்டிவிட்டது. ஏழ்மை நிலை அடைந்த கோவலனுக்கு, காவிரிப்பூம்பட்டினத்தில் இருக்கப் பிடிக்கவில்லை. பிழைப்புத்தேடி, பாண்டி நாட்டுக்குப் போனான்.

'அங்கே அவனை ஒரு பத்தன் ஏய்த்ததும், கோவலனைப் பாண்டிய மன்னன் கழுவில் ஏற்றியதும், கண்ணகி தனது கற்பின் வலிமையால் மதுரைமாநகரை தீக்கு இரையாக்கியதும் கதை. இதைப் பற்றி நீ என்னை நினைக்கிறாய்?' என்று ராயன் என்னைக் கேட்டான்.

'கற்பின் சிறப்பு இக் கதையின் மூலமாக விளங்குகிறது' என்றேன். 'ராமா! கண்ணகி கற்பில் சிறந்தவளாக இருக்கலாம். ஆனால், அவளுக்குக் காரியம் கொண்டு போகும் சாமர்த்தியம் கிடையாது. தன் புருஷன், தாசி வீட்டுக்குப் போனதை, அவள் ஏன் சும்மா பார்த்துக் கொண்டிருக்க வேண்டும்? அவனை எந்த வகையாலும் தடுத்திருக்க வேண்டும். அதை ஏன் அவள் செய்ய வில்லை? சாமர்த்தியம் இல்லை. சாமர்த்தியமில்லாத சாதுக்களுக்கு, இந்த உலகத்தில் இடம் கிடையாது. பாண்டிய மன்னன் தீர்ப்புச் செய்தது எப்படித் தவறாகும்? அவனுக்குக் கிடைத்த சாட்சியத்தைக் கொண்டுதான், அவனால் தீர்ப்புச் செய்ய முடியும். தன் புருஷனைத் தாசி வீட்டுக்குப் போகாமல் தடுக்க முடியாத குற்றத்துக்காக, கண்ணகி பாண்டியமன்னன் பேரில் ஆத்திரம் கொண்டு, மதுரையை அக்கினிக்கு இரையாக்கினது எந்த நியாயத்தைச் சேர்ந்தது? பாண்டிய மன்னனுடைய அறிவுக் குறைவுக்கு இது தண்டனையாயின், கண்ணகியின் சாமர்த்தியக் குறைவுக்கும் அவள் கோவலனுக்கு உடந்தையைப் போல இருந்த குற்றத்திற்கும் அவளுக்கு என்ன தண்டனை விதிக்க வேண்டும்? சொல் ராமா!' என்று கணபதி ராயன் பாப்பரப்போடு என்னைக் கேட்டான்.

'ராயா! என் தலை சுற்றும்படியாகச் செய்து விட்டாய். நீ சொல்லுகிற கட்சியிலும் உண்மை இருக்கத்தான் செய்கிறது' என்றேன். இது சொன்னதுதான் தாமதம். சபாஷ் என்று சொல்லி விட்டு, ராயன் மறைந்து போனான்.

அத்தியாயம் - 7

சிறுமைப் படுத்தினவைகள்

சிறையிலே தூக்கம் வரவில்லை என்பதற்காக, கணபதி ராயனை வரவழைத்தது விபரீதமாக ஆகும் போலிருக்கிறதே என்று எண்ணினேன். தன் வரலாறு என்று ஒரு கம்பளி மூட்டையை அவன் அவிழ்ப்பான் என்றும், அது ஒருவாறு சுவாரஸ்யமான கதையாக இருக்கலாம் என்றும் எண்ணி யிருந்தேன். ஆனால், ஏமாந்து போனேன். அவனோ புராண நிகழ்ச்சிகளையும், சரித்திர சம்பவங்களையும் புதியதராசு கொண்டு, எடைபோட்டு வருகிறான். நான் இதுவரையிலும் கொண்டிருந்த கருத்துக்களெல்லாம் தப்பிதமானவை என்று எண்ணும் படியாகக் கூட அவன் செய்து விடுவான் போலிருக்கிறது. இதைத்தான் நான் விபரீதம் என்று சொன்னது.

வழக்கம்போல, கணபதி ராயன் இரவில் வந்தான். ஆனால் இன்றைக்கு, அவன் யாதொரு சந்தடியும் செய்யாமல் வந்தான். வந்ததும் வராததுமாக, அவன் பெரு மூச்சு விட்டான். யார் பெரு மூச்சு விட்டாலும், அது, எனக்குப் பிடிப்பதில்லை. ஆகாயமே சரிந்து விழுவதைப் போன்ற ஆபத்து நேர்ந்தாலும், பெரு மூச்சுவிடக்கூடாது என்பது என்னுடைய தீர்மானமான எண்ணம். நிலைமையைச் சமாளிக்க முடியாது என்ற ஏக்கம் உண்டாகும் பொழுதுதான், பெருமூச்சு விடத் தோன்றும்.

சமாளிக்க இயலாத நிலைமையே ஏற்பட முடியாது என்பது என் கருத்து. சமாளிக்க முடியாது என்று சொல்லுவது சோம்பேறித்தனத்தின் பயன் என்பதும் என் உறுதியான எண்ணம். நெருக்கடி நிலைமையைச் சமாளிக்க முடியாமல் போனால், மனிதவர்க்கமே இதற்குள் அழிந்து நாசமாகப் போயிருக்கும். மனிதர்கள், அவ்வப்போது நேரும் நெருக்கடியைச் சமாளித்து கொண்டு வந்ததனாலேதான், மனிதவர்க்கம் இன்றைய வரைக்கும் அட்டஹாசமாக வாழ்ந்து வருகிறது. எனவே, எதற்காகப் பெரு மூச்சு விட வேண்டும்?

'கணபதிராயா! பெருமூச்சு ஏன் விடுகிறாய்? பெரு மூச்சு விடுவதாயிருந்தால், அதை என் அறைக்கு வெளியே போய்ச் செய்' என்றேன். 'என்னப்பா! இவ்வளவு கோபம் உனக்கு' என்று அவன் என்னைக் கேட்டான். 'குடி முழுகிப் போகும்படியாக

இப்பொழுது என்ன நேர்ந்து விட்டது? குடி முழுகிப் போகிற காரியத்துக்குத் தான் பெருமூச்சு விடலாம்' என்றேன்.

'இந்தத் தேசத்தைப் பற்றி நினைத்தால் போதும். உடனே, எனக்கு, நிலை தவறிப்போய் விடுகிறது. இந்த நாட்டுக்கும் விமோசனம் உண்டா என்று ஏங்கும்படியாக இருக்கிறது. தலைமுறை தலைமுறையாக, நம்மவர்களுக்கு க்ஷீணம் ஏற்பட்டுக் கொண்டு வரும்படியான பழக்க வழக்கங்களைப் பற்றி நினைத்தால் மனம் பதறுகிறது. இதை உணராமல் நம்மவர்கள் வாழ்ந்து வருகிறார்களே என்பதை எண்ணிப் பார்த்தால், உடல் நடுங்குகிறது' என்றான் கணபதிராயன்.

'புலம்பினதாலும் பெருமூச்சு விட்டதாலும் காரியம் நடக்குமா? பலவீனத்தை உண்டாக்கும் பழக்க வழக்கங்களை நம்மவர்களிடமிருந்து அடியோடு அகற்றுவதற்கான வழிகளைக் காணுவதுதான் புத்திசாலித்தனமாகும். தெய்வம் நம்மை நிர்க்கதியாக்கி விட்டதே என்று தெய்வத்தின்பேரில் பழியைப் போட்டுவிட்டு, புலம்பிக் கொண்டிருந்தால், ஒரு காரியமும் சாயாது' என்றேன்.

கணபதிராயன் சிரித்தான். 'ஏன் சிரிக்கிறாய்?' என்று கேட்டேன். 'ராமா! நான் பெருமூச்சு விட்டது தந்திரம். எதை நினைத்தும் வருத்தப்பட்டோ, ஏக்கமடைந்தோ, நான் பெருமூச்சு விடவில்லை. உன்னை, நான் சோதித்துப் பார்த்தேன். நீ சோதனையில் தேறிவிட்டாய். பெருமூச்சு விட்டுக்கொண்டு வந்தால் நீ என்ன நினைக்கிறாய் என்று பார்த்தேன். நீ சரியான தோரணையிலே தான், உன் மனதை வைத்துக்கொண்டிருந்தாய். சபாஷ் என்று மூன்று தடவை உன்னை நான் பாராட்டுகிறேன்' என்று ராயன் புகழுரையில் விழுந்துவிட்டான்.

'உன் ஸ்தோத்திரத்தை நிறுத்து. மேலே ஏதேனும் சொல்ல உன்னிடம் சரக்கு இருந்தால் சொல்லு' என்று நான் அவனை அதட்டினேன்.

'சொல்லுகிறேன். கொஞ்சம் பொறுமையாகக் கேள்' என்று கணபதிராயன் சொல்ல ஆரம்பித்தான்.

'ராமா! இந்தத் தேசத்தில், ஹிந்து ஜன சமூகம் எப்பொழுது சமைக்கப்பட்டதோ, அது எனக்குத் தெரியாது; சரித்திரத்துக்குத் தான் தெரியும். அந்தச் சமூகம் தோன்றிய நாள் முதல் இன்று வரைக்கும், அந்தச் சமூகத்தில், பெண்களுக்கு நியாயமான

பதவியே கொடுக்கப் படவில்லை. பெண்ணுக்கு மதிப்புக் கொடுக்காத சமூகத்துக்கு அடிவலு இருக்க முடியாது. எல்லாவித உரிமை களையும் ஆண்களே, ஏகபோகமாக அனுபவித்து வந்தார்கள். பெண்கள் அடிமை நிலையிலே இருந்து வருகிறார்கள். நான் இதை மிகைப்படுத்திச் சொல்லவே இல்லை.

'உதாரணமாக ஒன்று சொல்லுகிறேன், கேள். புருஷனை இழந்த பெண்ணைக் கைம்பெண் என்று அழைக்கிறார்கள். மனைவியை இழந்த புருஷனுக்கு, இந்த மாதிரி ஒரு வார்த்தை உண்டா? சொல், ராமா என்று ராயன் என்னைக் கேட்டான்.

நான் ஆச்சரியமடைந்தேன். நானும் தான் வெகுகாலமாகத் தமிழ்ப்பாஷை பேசிக்கொண்டு வந்திருக்கிறேன். இந்த நுட்பத்தை நான் கவனித்ததேயில்லை. கைம் பெண்ணைப் போல, ஆண் பிள்ளையைக் குறிப்பிடுவதற்கு, ஏன் சொல் இல்லை என்று எனக்கு மட்டுப்படவேயில்லை. நான் விழித்துக் கொண்டிருந்தேன்.

கணபதிராயன் சிரித்தான். 'ராமா! நீ இப்பொழுது உன் மூளையைக் குழப்பிக் கொள்ளுவதில் பயன் இல்லை. நேர்மைக் கண்ணாலும் ஜனசமுதாயத்தை எவ்வாறு ஆக்கினால் வலுவோடும் வனப்போடும் இருக்கும் என்ற ஆவலைக் கொண்டு, நீ நமது ஜன சமுதாயத்தை ஏற்கனவே பார்த்திருக்க வேண்டும். மனிதன் முன்னைய வினையால் பிறக்கிறான், அவன் விதி வந்து மாண்டு போகிறான் என்ற நினைப்பிலே வாழ்பவர்களுக்கு, ஒரு கவலையு மில்லை. அவர்கள் செய்ய வேண்டியது, செய்யக் கூடியது ஒன்றுமே இல்லையல்லவா? இந்த மாதிரி சிந்தனை இல்லாமல் நம்மவர்கள் இப்பொழுதும் வாழ்வதுதான் விசித்திரமாயிருக்கிறது.

'பெண் இல்லாமல் உலகம் ஏது? பிரபஞ்சம் ஏது? எல்லா விதமான இன்ப துன்பங்களுக்கும் மூலகாரணம் யார் என்று கவனித்துப் பார்த்தால், அது பெண்தான் என்று குழந்தைகளுக்குக் கூட தெளிவாகத் தெரிந்துவிடும். அப்போர்ப்பட்ட பெண் இனத்துக்கு, ஜன சமுதாயத்தில் தக்க பதவி கொடுக்க வேண்டாமா? அடிமை வளர்ப்புப் பண்ணையில் முட்டாள்களுக்கும் அகம் பாவிக்கும்தான் ஆசை இருக்கும். விவேகிகளுக்கு அறவே இருக்காது. அப்படியிருந்தும் ஹிந்து ஜன சமூகத்தில், பெண்ணுக்கு இழிவான ஸ்தானம் ஏற்பட்டது எதனாலே என்பது தெரிய வில்லை.

நான் ஒரு உதாரணம் குறிப்பிட்டேன். அதுவே போதும், கைம்பெண் நிலைமை சாசுவதமான நிலைமை. எனவே, அதற்குச்

சொல் ஏற்பட்டுவிட்டது. தாரம் இழந்த புருஷன் நீண்ட காலத்துக்கு மறு விவாகம் செய்து கொள்ளாமல் இருப்பதில்லை. எனவே, அந்த நிலைமை சாசுவதமான நிலைமை அல்ல. ஆகவே, அதற்குத் தனியான சொல் தேவையாக இருக்கவில்லை. இதிலிருந்தே, பெண்களுக்கு எவ்வளவு வரையில் உரிமையும் பெருமையும் இருந்தன என்பதை, யாரும் எளிதிலே தெரிந்து கொள்ளலாம். எல்லாப் பெரு முயற்சிக்கும் இயல்பாக ஊக்கமளிக்கக்கூடிய பெண்ணுக்கு, வாழ்க்கையில், இனிப்பும் பிடிப்பும் இல்லாமல் போகவே, அவள் ஆணுக்குப் பக்க பலமாயில்லாமல், பெரும் சுமையாக மாறி விட்டாள். வண்டிமாடு இரண்டிலே ஒன்று படுத்துக் கொண்டு விட்டால், வண்டி எப்படி ஓடும்? சொல், ராமா' என்று கணபதிராயன் என்னைக் கேட்டான்.

'வண்டி கண்டிப்பாய் ஓடாது. நீ சொல்லுகிறது சரிதான். அதனாலேதான், நமது நாடும் வீடும் முன்னேற்றம் இல்லாமல், பிற்போக்கையே ஆபரணமாக கொண்டு, கிடக்கின்றன. நம்மவர்களுக்கு வாழ்விலே ருசியே இல்லாமல் போய், எப்பொழுது இந்த உலகத்தை விட்டு ஓடுவோம் என்ற மனப்பான்மை உண்டானதற்கு, நீ சொல்லுகிறது தான் மூலகாரணமாக இருக்க வேண்டும் என்று நான் நினைக்கிறேன்' என்றேன்.

'பெண்ணை இந்தத் தேசத்திலே மனுஷ ஜன்மம் கொண்ட வளாகவே கருதவில்லை. அவள் ஆண்பிள்ளையின் சொத்தாகத் தான் பாவிக்கப்பட்டு வந்திருக்கிறாள். ஒரு அரசன், தன் மனைவியையே, விலைக்கு விற்றான். இன்னொருவன், தன் மகனுக்குப் பேசிய பெண்ணைத் தானே மணந்து கொண்டான். ஒரு பேர்வழி, தன் தகப்பனுடைய கட்டளைக்கு இணங்கி, தன் தாயைக் கொன்றான். ஒரு அரசன், நாட்டியம் ஆடிய பெண்ணின் பேரில் மோகம் கொண்டு, அவளை பட்டமகிஷி ஸ்தானத்தில் வைத்து, பட்டமகிஷியைத் துரத்திவிட்டான்.

'ஒருவன் எத்தனையோ தாரங்களை மணந்து கொண்டான். ஒருவன் தன் மனைவியின் கற்பைச் சோதிக்க எண்ணி, அவளைத் தீயில் குதித்து எழு என்று கட்டளை யிட்டான். அரசன் எவ்வழி, பெண்ணின் கதியைப்பற்றி என்ன சொல்லுவது' என்றான் கணபதிராயன்.

'நீ சொல்லுவது, ராயா! மறுக் கலப்பில்லாத உண்மை. எதற்கும் ராஜாவை எதிர்பார்த்து, இந்தத் தேசத்தில், எல்லாரும் மண்ணாய்ப் போனார்கள். நல்லது செய்வதற்கும் கெட்டதை

அழிப்பதற்கும் ராஜா இருக்கிறான் என்ற அசட்டு நினைப்பினால், சாதாரண மக்கள், சாதுக்களாக இருந்த ஜனங்கள், (ராஜாக்கள் வழிதப்பிப் போகவே) சீர்கெட்டுப்போய், சின்ன பின்னமானார்கள். தங்களுக்கென்று தனிப்பொறுப்பு இருப்பதாகவே, அவர்கள் எண்ணினதில்லை. ஆகவே, அவர்கள் வந்துபோன அன்னியர்களுக்கெல்லாம் அடிமைகளானார்கள்' என்று நான் சொன்னேன்.

'பெண்ணைத் தேவதாசியாக்கினார்கள். பெண்ணுக்குச் சேர்ந்த அவமானங்களுக்குள், இதைக் காட்டிலும் பயங்கர மானதும் கேவலமானதும் வேறு எதுவும் இருக்க முடியாது. இந்த ஆபாசமான வழக்கத்தைச் சிலர் சாஸ்திர மேற்கோள் களுடன் ஆதரிப்பதைப் பார்க்கும் பொழுது, அவர்களை அப்படியே சித்திரவதை செய்யலாம் போல அவ்வளவு ஆத்திரம் உண்டாகின்றது. பெண்ணை, இதைக் காட்டிலும் கொடுமை யாகக் கேவலப்படுத்த முடியுமா?' என்று கணபதிராயன் நெஞ்சு உடைந்து போவதுபோலப் பேசினான்.

மேலும் அவன் சொன்னதாவது: 'ஒரு அந்தண ரிஷி சிரேஷ்டன், செம்படவப் பெண்ணைக் காந்தர்வ விவாகம் செய்து, காலங்கழித்தார். அவர்களுக்கு ஒரு ஆண் குழந்தையும் பிறந்தது. அந்தக் குழந்தை பின்னர், மிகப் பிரசித்தமானவராக ஆகிவிட்டார் இந்தக் கலியாணத்தைப் பற்றி யாரும் மூச்சுப் பேச்சு விடவில்லை ஒரு ஜன்மத்திலே, நான் க்ஷத்திரியனாகப் பிறந்தேன். எனக்கு, என் வகுப்புப் பெண்களின் பேரில், காதலே, ஏற்படவில்லை. காதலுக்கும் வீரத்தனத்துக்கும் என்ன சம்பந்தம்? நான் வீரதீரன் என்று காண்பித்துக் கொண்டால் தான், க்ஷத்திரியப் பெண் என்மேல் காதல் கொள்ள முடியுமாம்? இது என்ன அர்த்தமில்லாத கொள்கை! எனக்குப் பிடித்தவள், கீழச் சாதி பெண் ஒருத்தி, அவளும் என்பேரில் பிரியமாயிருந்தாள். ஆனால், அவளுடைய தகப்பனார் அவளை எனக்குக் கலியாணம் செய்து கொடுக்க மறுத்து விட்டார்.'

'அப்புறம்' என்று அவசரமாக நான் கேட்டேன்.

கணபதிராயன் சொன்னான்:- "நானும் அந்தப் பெண்ணும் ரகசியமாக அந்த ஊரை விட்டு வெளியேறினோம். ஆனால், நாங்கள் எந்த ஊருக்குப் போய், எங்கே நிம்மதியாக வாழ முடியும்? சென்ற ஊர்களிலெல்லாம், எங்களுக்கு, குடியிருக்க வீடு கிடைக்கவில்லை. அந்தந்த ஊர்க்காரர்கள் எங்களை

வெறிக்க வெறிக்கப் பார்க்கிறார்கள். பிழைப்புக்கு வழி தென்படவில்லை. இந்த நிலையில் நாங்கள் என்ன செய்கிறது? ஊருக்குத் திரும்பிபோய், நேரக்கூடிய அவமானங்களுக்கும் தண்டனைகளுக்கும் ஆளாவதா? ஹிந்து சமாஜத்தில், காதலுக்கு இடமில்லை என்றும் யாரும் மிருகப் பிராயமான காமியாகத்தான் இருக்க முடியும் என்பதையும் எங்களுக்கு நேர்ந்தவைகளின் மூலமாகத் தெளிந்து கொண்டோம். பின்னர், சாது ஒருவரின் சகாயத்தைக் கொண்டு, எங்கள் நிலைமையை ஒருவாறு சமாளித்துக் கொண்டோம். நாங்கள் பட்ட கஷ்டங்களைச் சொல்லி முடியாது, அப்பா! இயற்கையாக எழும் உணர்ச்சி கூடாது என்கிறார்கள், வைதீகர்கள், இந்த நாட்டிலே. தலைக்காகக் குல்லாய் அமைக்கக் கூடாதாம். குல்லாய்க்குத் தோதாக, தலை அமைய வேண்டும்! என்ன விபரீதம்! என்ன விசித்திரம்!"

ராயன் இவ்வாறு சொன்னான். எனக்கு வருத்தம் தாங்க முடியவில்லை

'பட்ட கஷ்டங்கள் என்று பொதுவாகப் பேசுகிறாயே, என்ன கஷ்டங்கள் என்று விவரமாகச் சொல், ராயா' என்று நான் அவனைக் கேட்டேன். அவைகளை என் வாயால் விவரமாகச் சொல்ல வேண்டுமா என்று வருத்தத்தோடு, தானே சொல்லிக் கொண்டு, கணபதிராயன் சொன்னதாவது : 'சாதுவின் சகாயத்தால் நாங்கள் சிறிது காலம் வாழ்ந்து வந்தோம். தரித்திரத்தின் கொடுமையைச் சொல்ல முடியாது. எனக்கு வேலை அகப்படுவதும் கஷ்டமாகப் போயிற்று. இந்த நிலைமையில் இருக்கையில். சாது மார்படைத்து, மரணம் அடைந்தார்.

'சாது அனுபவித்து வந்த சொத்து யாவும் யாரோ ஒரு முரடனுக்குப் போய் சேர்ந்தது. சாதுவுக்கு வாரிசாக முரடனா வரவேண்டும்? எங்களுக்கு இல்லாவிட்டால், விபரீதங்கள் தோன்றுமா? எங்கள் திக்கற்ற நிலைமையை அவன் தெரிந்து கொண்டான். என் மனைவி அழகாய் இருப்பாள் என்று நான் ஏற்கனவே சொன்னேனா? அந்த முரடன், எப்படியாவது என் மனைவியை அடித்துக் கொண்டுபோய் விடுகிறது என்று தீர்மானித்துக் கொண்டான். குந்தக் குச்சும் குடிக்கக் கஞ்சியும் இல்லாமல் அடித்துவிடுவேன் என்று அவன் எங்களைப் பயமுறுத்தினான். நான் இல்லாத சமயங்களில் அவன் என் மனைவியோடு என்ன பேசினானோ, தெரியாது. முடிவில்; அவளை, அவன் எப்படியோ வசப்படுத்தி விட்டான்.

'நான் என் மனைவியை நொந்து கொள்ள முடியுமா? சாதாரணமாக வாழ்க்கை என்றால் என்ன? குந்தக் குச்சும், குடிக்கக் கஞ்சியும், உடுக்க உடையும் இருப்பதற்குத்தான் வாழ்க்கை என்று பெயர். காதலால் என்னிடம் வந்த என் மனைவிக்கு, வாழ்க்கை இல்லாமல் போனால், அவள் தற்கொலை செய்து கொண்டு, தனது காதலின் உறுதியை ருசுப்படுத்துவாளா? அவ்வாறு ருசுப்படுத்துவது காவியத்தில், ஓவியத்தில், கதையில் இருக்கலாம். நேருக்கு நேராக வாழ்க்கையில் பார்ப்பது அருமை. காதல் என்ற மெல்லிய கயிறு, வாழ்க்கை என்ற கனமான ஒன்றை எவ்வளவு காலம் தாங்க முடியும்? காதலைக் காட்டிலும் வாழ்க்கை தான் பெரிது என்று பல சந்தர்ப்பங்களில் அவளுடைய கண்களில் பட்டிருக்கலாம். பெரும்பான்மையான சந்தர்ப்பங்களில், அவள் அந்த எண்ணத்தை உதறித் தள்ளியிருக்கலாம். எப்பொழுதுமே சமாளிப்பது என்பது எளிதான காரியமா?

'எனவே, என் மனைவியை நான் குறை கூறவில்லை. அவள் என்னைக் கைவிட்ட பின்பு, நான் என்ன செய்கிறது? என் உயிரை மாய்த்துக் கொள்ளுவதா? எதற்காக மாய்த்துக் கொள்ளுவது என்பது புரியவில்லை. எனக்கு நேர்ந்த அவமானத்துக்காகவா? உயிரைக் காட்டிலும் மானம் பெரிது என்பதை ஒப்புக் கொள்ளுகிறேன். அவமானம் நேருவதற்கு யாரோ காரணம்! வேண்டுமானால் அந்த முரடனை நான் கொன்றிருக்கலாம். அது என் நிலைமைக்கு மாற்றும் பரிகாரமும் ஆகுமா? முரடன் போனால் இன்னொரு கரடன் வரலாம். வரமாட்டான். என் மனைவி சீர்ப்பட்டுப் போயிருப்பாள் என்று எப்படி நிச்சயமாகச் சொல்ல முடியும்? பெண்ணின் நிலைமை கேவலமாக இந்த நாட்டில் இருப்பதாலேதான், இவ்வாறு நேர, சாத்தியப்பட்டது என்ற முடிவுக்கு வந்தேன். ஆகவே, அதை எவ்வாறு மாற்றுவது என்பது தான் என்னுடைய பல கால சிந்தனையாகும். என் மனைவியை அடியோடு மறந்துவிட்டு, நான் தேச சஞ்சாரம் செய்யத் துவக்கினேன். என் கையில் பணமேது? பிரயாணம் முழுதும் கால் நடைதான்.

'அந்த மாதிரி, நீண்ட காலம் தேச சஞ்சாரம் செய்து வந்தேன். ஆங்காங்கே கிடைத்த வேலையைச் செய்து, கூலி பெற்று, வயிற்றுப் பாட்டைக் கவனித்து வந்தேன். இரவில் ஊர்ப் பொதுமடம் அல்லது சத்திரம் இருந்தால், அதில் படுத்துக் கொள்ளுவேன். வாழ்க்கை இவ்வாறு நடைபெற்றுக் கொண்டிருக் கையில், ஒருநாள் ராத்திரி, ஒரு மடத்தில் படுத்துக் கொள்ளப்

போனேன். அங்கே வேறொரு ஆள் இருப்பதைப் பார்த்தேன். அந்த ஆள் தான் பூபதிராயன். நாங்கள் இருவரும் இணை பிரியாத் தோழர்களானோம்.

இவ்வாறு கணதிபராயன் சொல்ல, எனக்குத் தூக்கம் வருகிறாற் போலிருந்தது. நிலைமையை மோப்பம் பிடிப்பதில் மகா சூரனான கணபதிராயன், சொல்லிக் கொள்ளாமலே போய்விட்டான்.

அத்தியாயம் - 8

எங்கள் கூட்டு வாழ்க்கை

கணபதிராயன் வந்தான். 'நேற்றைக்கு உன்னிடம் சொல்லிக் கொள்ளாமலே போய்விட்டேன். அதற்கு மன்னிப்புக் கேட்டுக் கொள்ளுவதைப்போல, என்ன செய்யப் போகிறேன், தெரியுமா? நீ என்னைக் கேட்டுக் கொள்ளாமலே, நானும் பூபதிராயனும் சேர்ந்து நடத்திய வாழ்க்கையைப்பற்றி சொல்லப்போகிறேன்' என்று அவன் கதையை ஆரம்பித்து விட்டான்.

பிறர் விரும்பாத சங்கதிகளைச் சொல்லுவதற்கு, கணபதி ராயன் செய்தது போன்றது ஒரு சாமர்த்தியமான யுத்தி, கேட்க வேண்டாம் என்று இருந்தாலும். மரியாதைக்கேனும் வாயை மூடிக் கொண்டிருக்க வேண்டிவரும். கணபதிராயன் செய்தது எனக்கு, கொள்கையில் பிடித்தமில்லையாயினும், பூபதிராயன் யார், அவன் சரக்கு முடுக்கான பேர்வழியா என்பதைத் தெரிந்து கொள்ள, என் நெஞ்சு அரித்தது. ஆகவே, ஒன்றும் சொல்லாமல், சும்மா இருந்துவிட்டேன்.

கணபதிராயன் சொன்னான் : - 'ராமா! நான், அந்த மடத்துக்குப் படுத்துக்கொள்ளப் போனேனா, அங்கே வேறோரு பேர்வழி இருப்பதைக் கண்டேனோ? என் பாட்டுக்குத் தரையைத் தட்டிவிட்டு, துணியை விரித்துப் படுத்துக் கொள்ளக் கூடாதா? அவனுடைய வாயைப் பிடுங்கப் பார்த்தேன்.

நான், 'யார் அய்யா, அங்கே படுத்துக் கெண்டிருக்கிறது?' என்று சற்று, அதட்டியே கேட்டேன். அந்த ஆள் வா திறக்க வில்லை. மறுபடியும் கேட்டேன். மறபடியும் ஜவாப்பு இல்லை. 'படுத்துக் கொண்டிருக்கிறது மனுஷனா அல்லது மரக்கட்டையா?' என்று அவனை அவமானப் படுத்துகிறது மாதிரி கேட்டேன்.

அப்பொழுதும் மூச்சுப் பேச்சு இல்லை. உடனே, எனக்கு, சந்தேகம் வந்தது. கவனிப்பாரற்று, யாரேனும் மடத்தில் செத்துக் கிடக்கின்றானோ என்று சந்தேகம் உண்டாயிற்று.

அந்த உருவம் இருந்த இடத்துக்குப் போனேன். உச்சந் தலையிலிருந்து உள்ளங்கால் வரையில் தடவிப் பார்த்தேன். ஆள் உயிரோடுதான் இருக்கிறான். தூங்கவும் இல்லை. 'என்ன அய்யா, நீ பேசாமடந்தையா?' என்று கேட்டேன். 'நான் யாரயிருந்தால் உனக்கென்ன? என்னைப் போல, நீயும் இங்கே படுக்க வந்தவன். உன் வேலையைப் பார்த்துக் கொண்டு போயேன்' என்று அவன் திமிர் கொண்டது மாதிரி பேசினான்.

'சகோதர மனிதனோடு, இவ்வளவு கசப்புடன் நீ ஏன் பேச வேண்டும்?' என்று சற்றுப் பரிவுடன் கேட்டேன். 'முதலில் நீ மனிதன் என்பதும், பிறகு நீ என் சகோதரனாயிருக்கத் தகுதி பெற்றவன் என்பதும் ருசுவாக வேண்டும். நடைபிணங்களாக வாழும் இந்நாட்டிலே, மனிதன் என்றும், சகோதரன் என்றும் ஏன், அர்த்தமில்லாமல் பேச வேண்டும்? சும்மா படுத்துக் கொள்' என்று அவன் அதட்டினாற்போலப் பேசினான்.

இவன்தான் நான் தேடிக் கொண்டிருக்கிற பேர்வழி என்று உடனே தீர்மானித்துக் கொண்டேன். ஏதோ அவனை அதிகமாகத் தழுவிப் பேசுகிறமாதிரி இருக்கப்படாது என்று எண்ணி, உன் மனவேதனையும் சுயமரியாதையும் இவ்வளவு கடுமையாக, கொடி கட்டிப் பறக்குமாயின், அவைகளுக்குக் குறைந்தவைகள் அல்ல, என்னிடம் இருக்கும் சரக்குகளும்' என்று சொல்லிக் கொண்டேபடுக்கப் போவது மாதிரி பாவனை செய்தேன்.

'சரிதான்; அப்படிப் பிரமாதமாகத் துள்ளிக் குதிக்காதே. கண்ட ஆட்களோடு எல்லாம் பேசினால். வெறும் தொண்டைச் சேதம்தான். முட்டாள்கள் வாழ்கிற இடத்திலே, மூச்சுவிடுகிறது கூடத் தவறு. என்னவோ, ரொம்ப ஆத்திரத்தோடு, உன்னிட மிருக்கும் சரக்குகளைப் பற்றிப் பேசினாயே? அவைகளைக் கொஞ்சம் வெளியிலே விடு. பார்க்கலாம்' என்று சிறிது குரல் மாற்றத்தோடு, அவன் என்னைக் கேட்டான்.

'நான் வெறும் மடத்துத் தூங்கி அல்ல, என்பதை மட்டும் நீ இப்பொழுது தெரிந்து கொண்டால் போதுமானது' என்று படாடோபத்தோடு பதில் சொன்னேன்.

'ஹோ' என்று எக்காளம் போட்டது மாதிரிச் சிரித்தான் அவன். என்னைக் கேவலமாக மதித்துத்தான் இவ்வாறு அவன் செய்திருக்க வேண்டும். ஆகவே, கோபத்தோடு, 'எதற்காக, அப்பா, நீ இப்பொழுது எக்காளம் போட்டாய்? காளைமாடு எக்காளம் போட்டால், அது இன்னொரு மாட்டைப் பார்த்து, சண்டைக்கு வருகிறாயா என்று வம்புக்கு இழுக்கிறது மாதிரி, உன் எக்காளத்துக்கு அர்த்தம் என்ன?' என்று நான் அவனைக் கேட்டேன்.

'சரி'! நீ சொரணையுள்ள பேர்வழிதான் போலிருக்கிறது, உன்னிடம் எனக்கு வம்பும் தும்பும் கிடையாது. ராஜியாகப் போவோம்' என்று சொல்லி, அவன் சிரித்தான். 'கையாலாகாத வனோடு சண்டைக்குப் போவது தான் உன் தொழிலா?' என்று குத்தலாகச் சொல்லி, நான் 'கடகட' வென்று சிரித்தேன். சபாஷ் என்றான் அவன். சபாஷ் என்று அவன் சொன்னதிலும் ஏளனம் தான் தொனித்ததாக, நான் எண்ணினேன். நான் மௌனமாக இருந்தேன்.

'சோதனை முடிந்து விட்டது. இனிமேல் நீயும் நானும் தோழர்கள்' என்று மிகவும் குழைவாக அவன் சொன்னான். முதல் முதலில், அவன் திமிர் பிடித்தது மாதிரி பேசின குரலில், இவ்வளவு குழையும் அன்பும் இப்பொழுது எவ்வாறு தோன்றின என்பது எனக்குப் புரியவில்லை. எனக்கு அவனிடம் பிரேமை உண்டாயிற்று. இருந்தாலும், அதை மறைத்துக் கொண்டு, 'நான் பள்ளிக்கூட மாணவனுமல்ல; நீ சோதனை அதிகாரியுமல்ல என்பதை வணக்கமாகத் தெரிவித்துக் கொள்ளுகிறேன்' என்றேன்.

'உன்னை, நான் தோழனாக என் மனதில் கொண்டாகி விட்டது. இனிமேல் நீ எவ்வளவு குத்தலாகப் பேசினாலும், அது என் மனதில் தைக்கவே தைக்காது.

குருட்டு மிரட்டல் மிரட்டாமல், பக்கத்தில் வந்து படுத்துக் கொள். படாடோபத்தையும் மனக்கசப்பையும் பகைவனிடம் காண்பி. தோழனிடம் காண்பிக்க வேண்டாம்' என்றான் அவன்.

அவன் எவ்வாறோ, என் மனத்தில் ஒட்டிக் கொண்டு விட்டான். அவனை என் மனத்திலிருந்து தள்ளி விடுவது என்பது முடியாத காரியம். அவனுடைய குரலிலே, தைரியத்தையும் தன்னம்பிக்கையும் வசீகரத்தையும் கண்டேன். அவன் புதுமாதிரி மனிதனாக என் கண்ணில் பட்டான்.

'உண்மையிலேயே தோழன்தானா' என்று நான் அவனைக் கேட்டேன். 'ஒவ்வொரு சொல்லுக்கும் அதற்கு வழக்கமாயுள்ள அர்த்தம் தான் உண்டு. தோழன் என்றால் தோழன்தான். வாழ்விலும் தோழன், சாவிலும் தோழன். அதிலே, உண்மை, பொய் என்று என்ன வேண்டியிருக்கிறது? ஏய்க்க நினைப்பவர்கள் தான், சத்தியப் பிரமாணம் செய்வார்கள். சத்தியம் செய்யும் வழக்கம் என்னிடம் கிடையாது' என்று மிகுந்த துக்க உணர்ச்சி யோடு, பதில் சொன்னான்.

முதலில் அவன் என்னைக் கேவலமாக மதித்துப் பேசினாலும். என்னால் அவனுடைய மனம் புண்பட்டுப் போனதை நான் பொறுக்க முடியவில்லை. 'மன்னித்து விடுவாயா?' என்றேன். 'உன் பெயர் என்ன?' என்றான். கணபதிராயன் என்றேன். 'ஆகா! இந்நாட்டு மன்னர்களான நாம், இது வரையிலும் இப்படிப் பேசிக் கொண்டிருந்தது தவறு. என் பெயர் பூபதிராயன்' என்று அவன் பதில் சொன்னான்.

அவன், 'இந்நாட்டு மன்னர்கள்' என்று பாரதியார் பாடி யிருப்பதைச் சொல்ல, நான் கேட்டதும், எனக்குப் பிரம்மானந்தம் உண்டாயிற்று. 'ஆமாம்! இந்நாட்டு மன்னர்கள் தான். நமக்குள் மனக் கசப்பு இருப்பின். அது எதிரிக்குத்தான் லாபம். இனி, நான் உன் தோழனே' என்று மிக்க குதூகலத்துடன் சொல்லி, அவன் பக்கத்துக்குப் போய், படுத்துக் கொண்டேன்.

'எவ்வளவு முக்கியமான வேலை இருந்தாலும், இரவில் தூக்கம் கெடாமல் பார்த்துக் கொள்ளுவது புத்திசாலித்தனம்' என்று பொத்தென்று வாக்கியத்தை, பூபதி முடித்து விட்டான். அவன் சொன்னதன் குறிப்பை உணர்ந்து, நான் பேசாமல் படுத்துக் கொண்டு, தூங்கிப் போனேன்.

பொழுது விடிந்ததும், ஒருவரை யொருவர் நிதானமாகப் பார்த்துக் கொண்டோம். பூபதி நல்ல கட்டுமஸ்தான தேகமுடையவன்; ஆனாலும் உயரம்; ஐந்தடி, பத்து அங்குலம் இருப்பான். கடைசல் பிடித்தால் போல அவனுடைய கால்களும் கைகளும், மார்பு விசாலமான மார்பு. இவ்வளவு அழுத்தமான உடம்பில், அவனது தோல் எப்படி இருக்கிறது என்று தடவிப் பார்த்தேன். சொரசொரப்பே இல்லை. வழவழ என்று இருந்தது. ஒரே ஒரு அடியிலே, அவன் யாரையும் தரை மட்டப்படுத்தி விட முடியும். நல்ல கூர்மையான பார்வை. அவனை வெறித்துப் பார்த்து, அவனுடைய கண்களைத் தொங்கப் போடும்படியாக,

யாருமே செய்ய முடியாது. சிரித்தால், ரவை உருளுவதுமாதிரி சிரிப்பு; கணீர்என்ற பேச்சு. எதையும் அவன் இரண்டாவது தடவை திருப்பிச் சொல்லுவது இல்லை. கேட்பவர்கள் எப்பொழுதும் உஷராக இருக்க வேண்டும். பேசாமலிருந்தால், நான் முழுதும் அவனால் அப்படியே இருக்க முடியும். பணத்திலே அவன் ரொம்பவும் கெட்டி.

இப்பேர்ப்பட்ட ஒரு பேர்வழி எனக்குத் தோழனாக அமைந்தது எனது பாக்கியம்தான். ஆனால், அவனோ, என் நட்பைப் பெரிதாகப் பாராட்டினான். பூபதிராயனுக்கு ஒன்று தான் குறி. இந்த நாட்டின் விடுதலை தான் அவனது லட்சியம். அது சம்பந்தமில்லாத எந்தப் பேச்சையும் அவன் பேசுவதில்லை. பெண் விடுதலையில் அவனுக்கு இருந்த ஆவலைச் சொல்ல முடியாது. இந்த நாட்டுப் பெண்கள் விடுதலையடைந்தாலொழிய, தோசம் சுதந்திரம் பெற முடியாது என்பது அவனுடைய தீர்மானமான கருத்து.

அவன் என்னைக் கணபதி என்று அழைப்பதும், அவனைப் பூபதி என்று நான் கூப்பிடுவதும் சகஜமாகப் போய்விட்டது. அவனும் நானும் சேர்ந்து, தேச சஞ்சாரம் செய்தோம். அவனுடைய கூட்டுறவினால், நான் முதன் முதலாகக் கண்ட பலன் என்ன என்றால், என் கையில் காசு ஊற ஆரம்பித்துவிட்டது. எந்த எந்த முறையில் நியாயமாகச் சம்பாதிக்க முடியுமோ, அவ்வாறெல்லாம் சம்பாதித்துக் கொண்டு சஞ்சாரம் செய்தோம்.

ஒரு நாள் பூபதி வெறி பிடித்தது போலப் பேச ஆரம்பித்து விட்டான். இருந்தாற்போல இருந்து, என்ன இவ்வளவு ஆவேசம் இவனுக்கு வந்தது, என்று நானே பிரமித்துப் போகும்படியாக, அவன் பேசினான்.

பூபதிராயன் என்ன சொன்னான் என்று கேட்கிறாயோ, சொல்லுகிறேன். கணபதி என்று என்னைத் திடீரென்று கூப்பிட்டான். நான் சொல்லுவதை நடுவில் மறிக்காமல் கேட்டுக்கொண்டுவா என்று உத்தரவு போட்டு விட்டு, அவன் படபடவென்று பேசினதாவது:

இந்தத் தேசத்திலே, ராஜா என்ற பேர்வழிக்குத் தான் மதிப்பு. அதனாலேதான், கதையைக்கூட, ஒரு ஊரிலே ஒரு ராஜா இருந்தான் என்று ஆரம்பிப்பது பெரிய சம்பிரதாயமாகப் போய்விட்டது. எல்லாவற்றையும் ராஜா கவனித்துக் கொள்ளுவான் என்ற எண்ணம் சாதாரண ஜனங்களின் மத்தியில் ஊறிப் போகும்

படிக்கு, ராஜா என்ற பேர்வழியின் பேரில், ஜனங்களுக்கு எல்லையில்லாத நம்பிக்கை உண்டாயிற்று. ஓரிரண்டு ராஜாக்கள் ஒழுங்காக இருந்தார்கள். அதனால் ஜனங்களுக்கு நன்மை ஏற்பட்டது. ஆனால் பெரும்பான்மையான ராஜாக்கள் துன்மார்க்கர்களாகவும் முட்டாள்களாகவும் இருந்தார்கள். ராஜாவை நம்பி, தன்னம்பிக்கையையும் சொந்தப் பொறுப்பையும் இழந்து சாதாரண ஜனங்கள் இந்தத் துன்மார்க்கர்களால் பெரிதும் சீரழிந்து போனார்கள். தங்களை எவ்வகையிலும் காப்பாற்றிக் கொள்ளுவதற்குத் திறன் அற்றுப் போனார்கள் சாதாரண ஜனங்கள். இது முதலில் நேர்ந்த ஆபத்து.

'இந்த நாட்டில், ஒவ்வொரு ஆண் பிள்ளையும் தன்னை ராஜாவாக எண்ணிக் கொண்டான். அவன் அவ்வாறு எண்ணிக் கொண்டதனால், தவறு ஒன்றுமில்லை. அவன் தன்னை ராஜாவாக எண்ணிக் கொண்டால், தன் மனைவியை ராணியாக அல்லவா எண்ணிக் கொள்ள வேண்டும்? அப்படிச் செய்யாமல், அவன் அவளை அடிமையாகவும் தன் சொத்தாகவும் கருதினான். இந்த விபரீதமான எண்ணத்தின் மூலமாக, இந்தத் தேசத்துக்கு நேர்ந்த விபத்தை அளந்து சொல்லவே முடியாது. அடிமைக்கு எஜமானனிடம் அன்பும் விசுவாசமும் இருக்க எதிர்பார்க்க முடியுமா? எஜமானனான புருஷனுடைய லக்ஷியத்திலும் வாழ்க்கையிலும் தனக்குப் பங்கும் பாத்தியமும் இல்லை போல, அவள் நடந்து கொண்டாள். முடிவு என்ன? பெண்கள் அடிமை களாகப் போகவே, ஆண்கள் சீரும் சக்தியும் இழந்து வாழ்ந்து, இந்தத் தேசத்தில் கால் எடுத்து வைத்த அன்னியர்களிடமிருந்து நன்றாக அடி வாங்கி, அவர்களுக்கு அடிமைகளாக இருக்க உடன்பட்டார்கள்.

'இந்த மாதிரி, தங்கள் முட்டாள்தனத்தால் அடிமை களாகப் போன ஆண் பிள்ளைகள், தங்கள் புத்தியில்லாத தன்மையையும் பொறுப்பில்லாத மானக்கேட்டையும் மூடி மறைத்து, உலகத்தை ஏமாற்றுவதற்காக, ஒரு யுத்தியைக் கண்டு பிடித்தார்கள். முந்தின ஜன்மங்களில் செய்த கருமங்களுக்குத் தக்க பலனைத்தான் அடைய முடியும் என்றும், அவனின்றி (ஆண்டவனின்றி) ஓர் அணுவும் அசையாது என்ற விசித்திரமான கொள்கையையும் தத்துவத்தையும் புனைந்து கொண்டார்கள். இவைகளை நம்பி வாழ்வதாகச் சொல்லிக் கொள்ளுபவர்கள் எந்த முயற்சியும் செய்யாமல் தப்பித்துக் கொண்டு, சோம்பிக் கிடந்து, சுகவாசி வாழ்வு வாழ்வதாகச் சொல்லிக் கொள்ளவா மல்லவா?

'கணபதி! இந்த மனப்பான்மையை நினைத்தால் எனக்குப் பகீர் என்கிறது. இந்த நாட்டின் வாழ்வுக்கு ஆண் பிள்ளைகள் எஜமானர்களாக இருந்து, எல்லாவற்றையும் அடியோடு கெடுத்து விட்டு, தாங்களும் சாசுவத அடிமைகளாக வாழ, உடன்பட்டு விட்டார்கள். ஆண்கள் நிர்வாகப் பெரியதனம் செய்யாத ஜனசமூகம் இருக்க முடியுமா? பெண்களே ஜனசமூக நிர்வாகம் செய்தார்களானால், அது எப்படி இருக்கும் என்று பார்க்க, எனக்கு ஆவல் மிகுதியும் இருக்கிறது. அந்த மாதிரி சமாஜம் எங்கேனும் இருக்குமா? ஓயாமல் நடந்து, அத்தகைய சமூகத்தையும் அந்த ஜனத்திரள் வாழும் நாட்டையும் நாம் கண்டுபிடித்துத்தான் ஆக வேண்டும், என்ன சொல்லுகிறாய்?"

இவ்வாறு பூபதி பேசினான். பெண்கள் ராஜ்யம் செய்யும் இடத்தைப் பார்க்க வேண்டும் என்று அவன் சொன்னது என்னைத் தூக்கி வாரிப்போட்டது. அந்த மாதிரி ஒரு பிராந்தியம் இருக்க முடியுமா என்று எண்ணினேன். இருக்கிறதோ. இல்லையோ என்பதைத் தேடிப்பார்த்துத் தெரிந்து கொள்ளு வோமே என்று தீர்மானம் கொண்டேன். அந்த மாதிரி ஒரு நாடு இருந்தால், அதைக் காணுவது லாபம். இல்லாவிட்டால் நடை தான் மிச்சம். அது ஒரு பெரிய கஷ்டமான காரியமல்ல. புதிதாக ஒன்றைத் தேடி அலைவதில், பூபதிக்கு நான் ஏன் சளைத்துப் போக வேண்டும்?

இவ்வாறு எனக்குள்ளே தர்க்க விதர்க்கம் செய்து கொண்டு, 'பூபதி நீ என்ன யோசனை சொன்னாலும் அதற்கு நான் தயார். உணவை, சாதமாகக் சாப்பிடுகிறார்கள்; பலகாரமாகத் தின்கிறார்கள்; பக்ஷணமாக உட்கொள்ளுகிறார்கள்; பானமாகக் குடிக்கிறார்கள். ஆகாரத்தை ஒரே மாதிரியாகச் சாப்பிட்டால், அலுப்புத் தட்டிப் போகும் என்றுதானே இவ்வாறு செய்கிறார்கள்? அந்த மாதிரி, நாமும் ஏதாவது விதம் விதமாகச் செய்து கொண்டிருப்போமே என்று அவனிடம் சொன்னேன்.

பூபதிக்குப் பிரம்மானந்தம். ' இந்தத் தேசத்தை ஒரு குடை குடைந்து பார்த்து விடுவோம். எங்கேயாவது நான் நினைத்த பிரகாரம் இருக்கத்தான் செய்யும். அதைக் கண்டுபிடித்துத் தான் ஆகவேண்டும். அதைப் பார்த்துவிட்டு, இந்தத் தேசத்தில் முட்டாள்களாக வாழும் ஆண் பிள்ளைகளுக்குப் புத்தி சொல்லி கொடுக்க வேண்டும். நாம் இருவரும் நம்மோடு சேரப் போகிறவர்களும் தான். இந்தத் தேசத்தைப் புனருத்தாரணம் செய்ய முடியும். இந்த நம்பிக்கையோடுதான், நாம் எந்த

வேலையையும் ஆரம்பிக்க வேண்டும்! எந்த யோசனையையும் கைக்கொள்ள வேண்டும்' என்றான் பூபதி.

'எனக்குப் பூரண உடன்பாடு நீ சொல்லுவதில்' என்றேன். இருவரும் சேர்ந்து பிரயாணம் செய்தோம். அதன் முடிவைச் சொல்லுகிறேன். 'ராமா! சொச்சம் நாளைக்கு ஆகட்டும்'. இவ்வாறு கணபதிராயன் அன்றையப் பேச்சை முடித்தான்.

அத்தியாயம் 9

கூச்சல் பட்டி

கணபதிராயன் சொல்லுகிறான்:- ஒரு நாள் மாலை சுமார் நான்கு மணி இருக்கும். பெரிய பெரிய மாளிகைகள் தெரியும் ஒரு ஊர் எங்கள் கண்ணில் பட்டது. அது சிறிய ஊராக இருக்க முடியாது என்று தூரத்திலேயிருந்தே தெரிந்து கொண்டோம். வழிப்பிரயாணிகளிடமிருந்து பெயரைத் தெரிந்து கொண்டோம். கூச்சல் பட்டி அந்த ஊரின் பெயர். கிராமத்தை யல்லவா ஜனங்கள் பட்டி என்று அழைப்பார்கள் என்று ஒருவரிடம் சொன்னேன். "இது கிராமத்திலிருந்து வளர்ந்த பட்டணம். நூதனமாக, துண்டாகத் தோன்றின பட்டணமல்ல" என்றார் அவர். "சுமார் 30,000 ஜனங்கள் வரையில் கூச்சல் பட்டியில் வசிக்கிறார்கள். சத்திரஞ்சாவடிகள் உண்டு. பிரயாணிகள் தங்க. சாப்பாட்டு ஓட்டல்கள், காப்பி கிளப்புகள் முதலியன ஏராளமாக இருக்கின்றன. வியாபாரம் மிகுதி. வடமேற்கு ரயிலுக்குச் கூச்சல் பட்டிதான் கடைசி ஸ்டேஷன். ஆரம்பப் பள்ளிக்கூடங்கள் பல இருக்கின்றன. கல்லூரி உண்டு. இரண்டொரு பெண் பாடசாலைகளும் இருக்கின்றன. கச்சேரிகள் எல்லாம் இருக்கின்றன" என்று அந்த மனிதன் சொல்லி முடித்தார். "கூச்சல் பட்டியில் என்ன அதிசயம்?" என்றேன்.

"கூச்சல் பட்டியில் நாளுக்கொரு கூட்டமில்லா மலிருக்காது. புதிது புதிதாகப் பிரசங்கிகள் வந்து பேசுவார்கள்; போவார்கள். கூச்சல்பட்டி என்ற பெயரைக் கூச்சல் பட்டணம் என்று மாற்ற எத்தனையோ கூட்டங்கள் நாங்கள் போட்டுப் பார்த்தோம். அரசாங்கத்தாருக்கு மனுச்செய்து கொண்டோம். அந்த இரண்டு எழுத்து இன்னும் ஊர்ப்பெயரோடு சேரவில்லை. அதுதான் அதிசயம். இந்த இரண்டு எழுத்தைச் சேர்ப்பதில் சர்க்காருக்கு என்ன தொல்லையோ யார் கண்டார்? எல்லா

ரிக்கார்டுகளிலும் பெயர் மாற்ற வேண்டுமே, அந்தக் கஷ்டமோ, என்னவே! நாங்கள் கொடுத்த மனுவை விசாரிக்க, ஒரு உத்தியோகஸ்தர் வந்தார். அவரும் ஊராருக்குப் பரிந்து எழுத வில்லை போலிருக்கிறது. மொத்தத்திலே, ஊரிலே என்றைக்கும் பிரசங்கத்துக்குக் குறைவில்லை. வீண் தொண்டைத் தண்ணீர் சேதம். நல்ல காரியம் ஒன்றாவது நடைபெறுவதில்லை. ஊர் வீதிகளை நீங்கள் போய்ப் பார்த்தால் தெரியும். சுத்தமாய் இருக்காது. இரவிலே விளக்கு வெளிச்சம் கிடையாது. பட்டினமாய்ப் போய்விட்டதே என்று கச்கூஸ் கட்டித் தொலைத்திருக்கிறார்களா? அதற்கு ஊரார் நிலம் கொடுக்க மாட்டேன் என்கிறார்கள். கக்கூசுக்கு இடம் கொடுக்க மாட்டேன் என்று சொல்லுகிற பெரியவர்களின் பேச்சைப் பிரசங்கத்தில் கேட்டால், தேன் ஒழுகும். அப்பா! இந்தப் பிரசங்கத்தில் சுயகாரியப் புலிகள்! உருவான ஒரு வேலையாவது அவர்களுக்குச் செய்யத் தெரியாது. வெறும் ஆகாயக் கோட்டை கட்டுவதில் கெட்டிக்காரர்கள். பிரசங்கத்துக்கு ஆரம்பித்துவிட்டால், ஒருவர் இன்னொருவரைப் புகழ்ந்து பேசுவார். தப்பித்தவறி என்னைப்போல ஒருவன் உள்ளபடியே சந்தேகம் கேட்க எழுந்திருந்தால், எல்லோரும் சேர்ந்து கொண்டு "யாரடா கலகக்காரன்! அவனை வெளியே பிடித்துத் தள்ளு" என்பார்கள். தொழிலில்லாத, தொழில் தெரியாத பேர்வழிகள் எல்லோரும் கூடிக்கொண்டு, பிரசங்கம், பிரசங்கம் என்று கூத்தடிக்கிறார்கள். இன்றைக்குக்கூட ஒரு பிரசங்கம் இருக்கிறது. பெருமாள் கோயில் சன்னதியில் கூட்டம் நடைபெறும். பிரசங்கத்தைக் கேட்டுவிட்டு, பெருமாள் கோயில் பிரசாதத்தை நீங்கள் வாங்கிக்கொண்டு பிரம்மானந்தமாய்ச் சாப்பிட்டுவிட்டு, பக்கத்திலே பசுமடத்துத் திண்ணையில் படுத்த உறங்கலாம். பணம் கொடுப்பதாயிருந்தால், எத்தனையோ கிளப்புகள் இருக்கின்றன" என்று அவர் ஒருவாறு தமது பிரசங்கத்தை முடித்துக் கொண்டார்.

காசு இல்லாமல் சாப்பாடு கிடைக்கும் வழியை அவர் எங்களுக்குச் சொன்னதற்காக, அவருக்கு நாங்கள் வந்தன மளித்து விட்டு, ஊரை நோக்கிச் சென்றோம். அப்பொழுது தான் ஜனங்கள் பிரசங்கம் கேட்பதற்காக அங்கே கூடிக் கொண்டிருந் தார்கள். பசுமடத்துத் திண்ணையில் போய் நாங்களிருவரும் உட்கார்ந்தோம்.

சிறிது நேரத்திற்கெல்லாம் கூட்டமும் கூடி விட்டது. பிரசங்கிகளும் வந்து சேர்ந்தார்கள். அவர்களுக்குரிய ஆசனங்களும்

ஏற்கெனவே அமைக்கப்பட்டிருந்தன. அந்தக் கூட்டத்தில் ஒரே ஒரு பெண்ணைக் கண்டோம். அவருக்குச் சுமார் 22 வயதிருக் கலாம். ஒருவர் எழுந்திருந்தார். கூட்டத்தின் கூச்சல் அடங்க வில்லை. அவர் நல்ல குரலில் அழகாகப் பாட்டுப் பாடினார். கூட்டத்தில் அமைதி உண்டாயிற்று. பாடியவர் உட்கார்ந்து கொள்ளவே, மற்றொருவர் எழுந்திருந்து, ‘சகோதரி, சகோதரர்களே! இன்றையக் கூட்டத்தில், ‘சுதந்திரமும் பெண்களும்’ என்ற விஷயம் பேசப்படும். அத்தகைய அரிய விஷயம் பிரசங்கம் செய்யப்பெறும் பொழுது. இக் கூட்டத்தில் தலைமை வகிக்கத் தகுதியுள்ளவரைத் தேடிப் பார்த்தோம். கடைசியாக, நாரிபுரி மாணிக்கக் கோதையார் அவர்களே மிக்க பொருத்த முள்ளவர்கள் என்ற முடிவுக்கு வந்து, அவர்களைப் போய்க்கண்டோம். அவர்களுக்கு எத்தனையோ வேலைகளிருப்பினும் அவைகளைப் பொருட் படுத்தாமல் இன்று இவ்விடம் அவைத் தலைமை வகிக்க இசைந்தது கூச்சல் பட்டியின் பெரும் பாக்கியமே. அவர்களுடைய அறிவையும் குணத்தையும் ஆற்றலையும் புகழ்ந் துரைப்பது மிகை. அவைகளை நீங்களே சிறிது நேரத்துக்குள் தெரிந்து கொள்வீர்கள். உங்கள் சார்பாக அவர்களைத் தலைமை வகிக்கும்படி கேட்டுக் கொள்கிறேன்’ என்றார். இன்னொருவர் ஆமோதித்தார். கரகோஷத்தினிடையே, மாணிக்கத் கோதையார் மலர் மாலை சூடப் பெற்று, தலைமை வகித்தார்கள்.

கோதையார் எழுந்திருந்து நின்று, “பெரியோர்களே! பெண் விடுதலையின் ஆர்வம் கொண்டு நான் இந்தப் பொறுப்பை ஏற்றுக் கொண்டேன். மேலும், பெண் விடுதலையைப் பற்றிக் கூச்சல் பட்டி ஆடவர்கள் என்ன கருத்துக் கொண்டிருக்கிறார்கள் என்று அறியும் பொருட்டே நான் இன்றைக்கு இங்கே வந்தேன். சில பெரியோர்கள் இப்பொழுது பேசுவார்கள். அவர்கள் பேசி முடிந்த பின்னர் விஷயம் ஏதேனுமிருக்குமாகில் பின்னர் பேசுகிறேன்” என்று ஆசனத்தில் அமர்ந்தார். பல பிரசங்கிகள் பேசினார்கள். அவர்கள் பேசினதை நான் இங்கு விரித்துக்கூறச் சம்மதிக்கவில்லை. சாரத்தை மட்டும் சொல்லிவிடுகிறேன். “பெண்கள் விடுதலை பெற்றாலன்றி நாடு சுதந்திரம் பெற முடியாது. பெண்கள் கல்வி கற்க வேண்டும். நாகரிகத் துறையில் தங்களைப் பழக்கிக் கொள்ள வேண்டும். பொது விஷயங்களில் அவர்கள் அதிகமாக ஈடுபட வேண்டும். ஆண்களுடன் தாங்களும் சமம் என்று பெண்கள் எண்ணிக் கொள்ள வேண்டும். வீட்டுக் குள்ளாகவே அவர்கள் எப்போதும் அடைந்து கிடக்கலாகாது.” இது சாரம். விரித்து எழுதினால் ரொம்ப தூரம்

நீண்டுபோகும். புலவர்கள் கூறுவதுபோல, விரிவஞ்சி விடுக்கின்றோம்.

நான் எழுந்திருந்தேன். "ஒரு சந்தேகக் கேள்வி" என்றேன். பூபதி என்னைப் பார்த்துத் திகைத்துப் போனான்.

கூட்டத்தில் கூச்சல் அதிகரித்து. "உட்காரு, எழுந்திரு. வெளியே தள்ளு, சந்தேகக் கேள்விதான் என்ன?" என்று பல பேச்சுகள் கிளம்பின. "நீர் ஏதேனும் பேச விரும்புகிறீரா?" என்று கோதையார் கேட்டார். "ஆம்" என்றேன். "அப்படியானால் இங்கே வாரும்" என்றார். நான் போனேன். பூபதியும் கூட வந்தான். எனக்குப் பேச அனுமதி கிடைத்தது. நான் பின் வருமாறு சுருக்கமாகப் பேசினேன்.

"நயவஞ்சகப் பெரியோர்களே! பெண் விடுதலையில் உங்களில் ஒருவருக்கேனும் (பிரசங்கம் செய்தவர்கள் உள்பட) நம்பிக்கை கிடையாது. நம்பிக்கை இருந்திருப்பின் உங்களில் சிலரேனும் தங்கள் மனைவிகளையும் தாய்மார்களையும் சகோதரிகளையும் இங்கு அழைத்துக் கொண்டு வந்திருப்பீர்கள்? ஆண்களோடு தங்களையும் சமமாகப் பெண்களும் எண்ணிக் கொள்ளவேண்டும் என்று ஒருவர் சொன்னார்.

"ஆண்கள் அல்லவா முதலில் அந்த எண்ணத்தை மனதில் கொண்டு, அனுபவத்தில் அதைக் காண்பிக்க வேண்டும்? அவர் பேசியது அறியாமை அல்லது நயவஞ்சகம் ஆணைப்போலப் பெண்ணுக்கும் சொத்துரிமை ஏற்பட்டாலன்றி, பெண்களுக்கு உண்மையான விடுதலை வராது. அவர்கள் எவ்வளவு கற்றறிந்த போதிலும் சரி" என்று முடித்தேன்.

கூட்டத்தில் பேச்சு மூச்சு கிடையாது. பூபதி எழுந்து நின்றான். அவனும் பேச அனுமதி கேட்டான். அனுமதி அளிக்கப் பட்டது. அவன் எழுந்திருந்து, "கோழைச் சகோதரர்களே! நீங்கள் யாரை ஏமாற்றப் பார்க்கிறீர்களே! அல்லது நீங்கள் ஏமாந்து போகப்பார்க்கிறீர்களா? பின் சொன்னது உங்கள் நோக்கமாயின், இந்தக் கூட்டமும் பிரசங்கமும் பொருத்த முள்ளவைகள் தான். உங்களால் ஒருவரையும் ஏமாற்ற முடியாது. நீங்கள் பச்சைக் குழந்தைகள். சுதந்திரம் பெறுவதற்குப் பெண்களின் உதவி தேவை என்று கூறுவது கோழைத்தனமாகும். கோழைத் தனத்தால், ஆண் பிள்ளைகள் என்று பிதற்றிக் கொள்ளுகிற நீங்கள், உங்கள் பொறுப்பை மெதுவாகக் கழித்துக் கொள்ளப் பார்க்கிறீர்கள். பேதைப் பெண்கள் என்ன செய்வார்கள். பாவம்? நீங்கள் உங்கள் வீரத்தை வெளியே பிரசங்கம் செய்யாமல்,

காண்பித்தால், உங்களுக்குப் பத்தடி முன்னதாகவே பெண்கள் இருப்பார்கள் என்பதைத் தெரிந்து கொள்ளுங்கள். உங்கள் கோழைத்தனத்தால் உங்கள் பொறுப்பைப் பிறர் பேரில் போட்டு விட்டு தப்பித்துக் கொள்ளப் பார்க்காதீர்கள்" என்று முடித்தான்.

கோதையார் எழுந்தார். அவருடைய முகம் பிரசன்னமா யிருந்தது. "பெரியோர்களே! நான் அதிகம் பேசப் போவதில்லை. கடைசி இருவர் பேசினார்களே. அவர்களுடைய கருத்துக்களை நான் முழுமனதுடன் ஏற்றுக் கொண்டு அமர்கின்றேன்" என்றார். பின்னர் கூட்டம் கலைந்தது. கூட்டத்தில் எவரும், எங்களை, எதுவும் செய்யத் துணியவில்லை. உண்மை, உண்மை என்று சொல்லிக் கொண்டு சென்றார்கள்.

அத்தியாயம் 10

கை விலங்கு

கூட்டம் கலைந்த பின்னர், மாணிக்கக் கோதையார் எங்கள் இருவரையும் பற்றி பக்கத்திலிருந்தவர்களை விசாரித்து பார்த்தார். அந்தச் சமயத்தில், நாங்களிருவரும் மெதுவாக அப்புறம் நழுவி விட்டோம். பெருமாள் கோவிலுக்குள் நுழைந்து, கோவில் பொறுப்பாளிகளைப் பிரசாதம் கேட்டோம். அவர்களில் ஒருவர் "நீங்கள் இருவரும் எங்கள் ஊர்க்காரர் பற்றிக் கூட்டத்தில் கண்டபடி திட்டினீர்களே! நயவஞ்சகர்களும் கோழைகளும் உங்களுக்குப் பிரசாதம் கொடுப்பார்களா? தேசாந்திரிக் கட்டளையினால் பிழைத்து ஊர் ஊராய்த் திரியும் உங்களுக்கு இவ்வளவு நெஞ்சுக் கனமிருக்குமாகில், உங்களுக்குப் பிரசாதம் கொடுக்கும் எங்களுக்கு எவ்வளவு இருக்காது? உங்களுக்குப் பிரசாதம் கிடையாது" என்றார். நாங்கள் சொல்லியதை மீண்டுமொரு முறை ருசுப்படுத்தி விட்டீர்கள். தேசாந்திரி வழிப் பிரயாணி களுக்காக ஏற்படுத்தப்பட்ட கட்டளைப் பிரசாதத்தை எங்களுக்குக் கொடுக்காமல், சாக்குச் சொல்லி ஒளிக்கப் பார்க்கிறீர்கள். உங்களைப் போல மனிதர்கள் கோவில் பொறுப் பாளிகளாக வரப் போகின்றார்கள் என்று அப்பொழுதே தெரிந்திருந்தால், பச்சையப்ப முதலியாரும் மற்றவர்களும் தர்மக் கட்டளைகளைக் கோவில்களில் ஏற்படுத்தி யிருக்கமாட்டார்கள். ஒருவரைக் காட்டித்தானே ஒருவர் பிழைக்க வேண்டும்? எங்களைக் கணக்கில் எழுதி, நீங்கள் அந்தப் பிரசாதத்ளைச் சாப்பிடுங்கள். நாங்கள் போய் வருகிறோம்" என்றான் பூபதி.

நாங்கள் இருவரும் திரும்பினோம். அதற்குள் இன்னொருவர் எங்களைக் கூப்பிட்டார். "தேசாந்திரிகளுக்கு இவ்வளவு கோபம் வரலாமா?" என்றார். "நீங்கள் தவறாக உங்கள் மனதில் ஒன்று எண்ணிக் கொண்டிருக்கிறீர்கள். தேசாந்திரிகள் பிச்சைக்காரர்கள் என்பது உங்கள் எண்ணம். ஓட்டல் எச்சில் தீட்டு வேண்டாம் என்று இங்கு வந்தோம். எங்களிடம் பணமில்லையா? பாருங்கள்" என்று நூறு ரூபாய் நோட்டில், இருபத்தைந்து நோட்டுகளையும் சில்லறைப் பணங்களையும் பூபதி அவர்களிடம் எடுத்துக் காட்டினான். அவர்கள் திகைத்துப் போனார்கள். அவர்கள் திகைத்துப்போனது பெரிதல்ல நானும் திகைத்துப் போனேன். தன்னிடம் இவ்வளவு பணமிருப்பதாகப் பூபதி என்னிடம் சொன்னதேயில்லை. என்னிடம் இருக்கும் பணமும் அவனுக்குத் தெரியாது. "அந்தப் பணம் போதுமா? இன்னும் வேண்டுமா?" என்று நான் ஐந்து நூறு ரூபாய் நோட்டுகளை எடுத்து வெளியே வைத்தேன். சில்லறைகளை வெளியே எடுக்கவில்லை. நான் பூபதியிடம் இருந்த பணத்தைப் பார்த்துப் திகைத்துப் போனது போல அவன் என் பணத்தைப் பார்த்துத் திகைத்துப் போகவே யில்லை. பேசாமலிருந்து விட்டான்.

"இவர்கள் மாட்டு வியாபாரிகள் போலிருக்கிறது" என்றார் அவர். "ஏன் பேச்சை வளர்க்கிறீர்கள்? பிரசாதத்தை அவர் களிடம் கொடுத்து, போகச் சொல்லுங்கள்" என்று இதுவரை யிலும் பேசாமலிருந்த ஒருவர் சொன்னார். உடனே மற்றவர் வாய் பேசாமல் சீட்டுக் கொடுத்தார். நாங்கள் பிரசாதத்தை வாங்கிக் கொண்டு போய்விட்டோம். அன்றிரவு பசுமடத்தின் திண்ணையிலே படுத்துறங்கிப் போனோம்.

விடியற்காலமே எழுந்திருந்து, நாரிபுரி எங்குள்ளது என்று விசாரித்தோம். மாணிக்கக் கோதையார் நாரிபுரியிலிருந்து வந்ததாகக் கூட்டத்தில் பிரசங்கக் காலத்தில் சொல்லப்பட்ட தல்லவா? அந்த நாரிபுரிக்குச் செல்ல வேண்டும் என்பது எங்கள் அவா. நாரிபுரியில் ஜனங்கள் எவ்வாறு இருக்கிறார்கள் என்றும், மாணிக்கக் கோதையார், என்ன பதவியில், என்னவேலை செய்து கொண்டிருக்கிறார் என்றும் அறிய என் சம்பந்தப்பட்ட வரையிலும் ஆவல். மாணிக்கத் கோதையாரிடம் வெறும் அன்பிற்கு மீறிய உணர்ச்சி எனக்கு ஏற்பட்டது. இது வரையிலும் எனக்கு இவ்வித உணர்ச்சி உண்டானதேயில்லை. பூபதியிடம் விளையாட்டாகக் கூறிய கலியாண ஆபத்து நேருமோ என்று எனக்குள்ளாகவே

சொல்லிக் கொண்டு சிரித்தேன். கூச்சல்பட்டியில் பெரும் பாலருக்கு நாரிபுரி எங்கு இருக்கிறது என்று தெரியவில்லை. நாங்களும் இதற்கு முன் அதைப் பற்றிக் கேள்விப்பட்டதுமில்லை.

கடைசியாக ஒருவர், "கூச்சல் பட்டியிலிருந்து வடகிழக்குத் திசையை நோக்கிச் சென்றால், பவளமலை என்று ஒரு மலை உண்டு. அதன் அடிவாரத்திலே நாரி புரி இருக்கிறது" என்றார். சொன்ன வழியைப் பிடித்துக் கொண்டு நாங்கள் சென்றோம். ஐம்பது மைல் என்றால் இரண்டு நாட்களில் நடந்து விடுவோம். வழி நடையில் சுமார் நாற்பது மைல் வரையிலும் ரோடு நன்றாக இருந்தது. பின்னர் வண்டி போகிற பாதைகூட மிக நெருக்கமாகவும் முள் புதர்கள் நிறைந்துமிருந்தது. இந்த ரஸ்தாவுக்கு வருமளவும், வழியை விசாரித்துக் கொண்டு வர, நடுவே ஊர்கள் இருந்தன. எங்களுக்குச் சந்தேகம் தோன்றி, வழிப் பிரயாணத்துக்கு கொஞ்சம் அன்னம் முடிந்து வைத்துக் கொண்டோம். வழி நடந்து செல்லுகையில், பாதையில் இரண்டு பக்கங்களிலும் குத்துக் குத்துகளாகப் புதர்களும் செடிகளும் மரங்களும் கண்ணுக்குத் தென்பட்டன. பின்னர் சுமார் ஏழு மைல் நடந்திருப்போம் யூகம்தான்.

மைல் பர்லாங்குக் கற்கள் ஒன்றுமே கிடையாது. ரஸ்தாவின் இரண்டு கங்குகளிலும் காடுகள் அடர்ந்திருப் பதைக் கண்டோம் பகலிலேயே நரிகள் ஊளையிட்டன. இவ்விடம் மனித சஞ்சாரம் அதிகமாக இருக்க முடியாது என்று முடிவு கட்டிக் கொண்டேன். ஆனால், வாய் பேசாமல் வேகமாய் நடந்தோம். காடுகளையும் தாண்டி விட்டோம். சிறு குடிசைகள் தென்பட்டன. அங்கே போய்ச் சேர்ந்தோம். பத்துப் பதினைந்து குடிசைகள் இருக்கும். அங்கேயுள்ளவர்கள் மிகவும் ஏழை போலக் காணப்பட்டார்கள். நாரிபுரியைப் பற்றி விசாரித்தோம். "இங்கிருந்து போனால், கூப்பிடு தூரத்தில், ஒரு ஆறு தெரியும். அந்த ஆற்றைத் தாண்டி, ஒரு நாழிகை வழி நடந்தால், நாரிபுரிக்குப் போய்ச் சேரலாம். உங்களுக்கு அங்கே வேலையென்ன? அனுமதி பெறாமல் நீங்கள் அங்கே போக முடியாதே! முதலிலே ஓடம் விடமாட்டார்களே உங்களுக்கு" என்று சொல்லி முடித்தார்கள்.

எங்கள் வேலையை நாங்கள் அவர்களிடம் சொல்ல வில்லை. நாரிபுரிக்கு வழி சொன்னதற்காக அவர்களுக்கு வந்தனம் சொல்லிவிட்டு. மேலே சென்றோம். சிறிது நேரத்திற் கெல்லாம் ஆறு ரொம்ப அகலமாயில்லை. குறுகலாயுமில்லை. ஆனால், நீர்

ஓட்டத்தின் வேகம் கடுமையாக இருந்தது. அது காட்டாறாய் இருக்க வேண்டும் என்பது என் மதிப்பு. ஆற்றைக் கடப்பதற்கு ஓடமிருந்தது. ஆனால், அது நாங்களிருந்த பக்கத்தில் இல்லை. எதிர்க் கரையிலிருந்தது. ஓடத்தைக் கூப்பிட்டோம். யாதோரு தகவலும் சொல்லாமல் தாமத மன்னியில் ஓடம் வந்தது. ஓடம் கிட்ட வரவர, எங்களுக்கு ஆச்சரியமுண்டாயிற்று. ஓடம் தள்ளி வந்தது ஒரு பெண். இந்தக் கரை வந்ததும், ஓடத்தைப் பார்த்தோம். ஓடத்துக்குள் துப்பாக்கி சகிதமாக வேறொரு பெண் உட்கார்ந்து கொண்டிருந்தாள்.

“அக்கரை போக வேண்டும். என்ன காசு?” என்றேன். “காசு கிடையாது. அனுமதிச் சீட்டு வேண்டும். உங்களிடம் சீட்டு இருக்கிறதா?” என்றாள் ஒரு பெண். அவளுக்கு வயது இருபது இருக்கும். அவளுடைய உறுதியான உடம்பைக் கண்டு நான் வியப்படைந்தேன. பூபதி ஒன்றும் சொல்லாமல், பக்கத்தில் நின்று கொண்டு இருந்தான். “எதற்கு அனுமதிச் சீட்டு?” என்றேன். இந்த ஆற்றுக்கு மையலாறு என்று பெயர். ‘இது கோதைத் தீவின் ஒரு பக்கத்து எல்லை. இந்த ஆற்றைக் கடந்தவுடன், கோதைத் தீவுக்குப் போக எண்ணங்கொண்ட எவரும், எங்கள் போலீஸ் அதிகாரியிடமிருந்து அனுமதி பெற்றிருக்க வேண்டும். இல்லாவிட்டால் அவர்கள் ஆற்றைக்கடக்க விடப்படமாட்டார் கள்" என்றாள் அந்தத் துப்பாக்கிப் பெண்.

“நாங்கள் ஆற்றை நீந்திப்போனால் என்ன செய்வீர்கள்?” என்றேன். “சுட்டு கொல்லுவோம்” என்றாள். “ஆறுகூட உங்கள் ராஜ்யமா? மேலும் நிராயுதபாணி வழிப்போக்கரையும் கொல்லும் படியாக உங்கள் நாட்டுச் சட்டம் கூறுவதாயிருந்தால், அந்தச் சட்டத்தின் வலிமையைச் சோதித்துப் பார்த்துவிட வேண்டும்!” என்று பூபதி சொன்னான்.

இருவரும் உடைகளைச் சரி பண்ணிக் கொண்டு, ஆற்றில் இறங்கி விட்டோம். ஓடத்திலிருந்த பெண்கள் ஒன்றும் செய்ய வில்லை. எங்கள் பக்கமாக ஓடத்தை விட்டுக் கொண்டு வந்தார்கள் ஆற்றின் கடுமையான வேகத்தையும் ஒருவாறு பொருட்படுத் தாமல், ஆற்றை நீந்திக் கடந்து விட்டோம். அக்கரை சேர்ந்ததும், ஊது குழாய்ச் சத்தம் கேட்டது. எங்கிருந்த வந்தார்களோ தெரியவில்லை. ஆயுதபாணிகளான நாலைந்து பெண்கள் ஓடத்தின் பக்கமாக ஓடி வந்தார்கள். எங்கள் இருவரையும் சூழ்ந்து கொண்டார்கள். வாய் பேசாமல் எங்களிருவருக்கும் கை விலங்கிட்டார்கள். நடவுங்கள் என்றாள், அதிகாரியைப் போலத்

தோன்றின ஒரு பெண். 'எங்கே?' என்றோம். நாரிபுரியின் போலீஸ் காவலுக்கு என்றாள். நல்லது என்று நடந்தோம். விலங்கிடும் பொழுது, நாங்கள் ஒன்றுமே ஆட்சேபிக்கவில்லை. எங்கள் உடல் வலிமையையும் காண்பிக்கவில்லை. எங்களுக்குக் கோபமே, வரவில்லை. மாயத்தால் விலங்கிட்டதைப் போல ஆண்களை, வாழ்க்கையில் பெண்கள் இழுத்துச் செல்லுவதற்குப் பதிலாக, மெய்யாகவே விலங்கிட்டு அழைத்துச் சென்றது எங்களுக்கு வியப்பாயிருந்ததே ஒழிய, வேறு எந்த உணர்ச்சியும் எங்களுக்கு உண்டாகவில்லை. மேலும் நாரிபுரிதானே எங்களது குறி? அங்கு எவ்வாறு சென்றாலென்ன? நாரிபுரியில் எந்த இடத்துக்குச் சென்றாலென்ன? போலீஸ் காவல் என்றால் எங்கள் கைப்பணம் செலவில்லாமல் ஆகாரம் கிடைக்கிறது. எனவே, எங்களுக்கு யாதொரு ஆட்சேபமுமில்லை. சந்தோஷந் தான். 'உடலிலே பிரிந்திருந்த எங்களிருவரையும் கை விலங்குகள் ஒன்று சேர்த்தனவே' என்று நாங்கள் களிப்படைந்தோம். மனத்தில் களிப்பிருக்குமாயின், நடை வேகமாய் ஓடாதா? மட்டக் குதிரைகளைப் போல நாங்களிருவரும் 'வெட் வெட்' என்று நடந்தோம். ஒரு மணிநேரம் நடந்திருப்போம். நாரிபுரத்துக் கோடிக்கு வந்து சேர்ந்தோம்.

அத்தியாயம் -11

சந்திப்பு

ஆற்றின் கரையிலிருந்தே பாதை வெகு அழகாக அமைக்கப் பெற்றிருந்தது. பாதை ரொம்ப அகலம். இரண்டு கங்குகளிலும் நிழல் மரங்கள் வைத்துப் பயிர் செய்யப்பட்டிருந்தன. பலா மரங்கள் வைத்துப் பயிர் செய்யப்பட்டிருந்தன. மாமரங்கள் அதிகம். வெயிலே தெரியவில்லை. நாங்களிருந்த ஆற்றின் கரையிலிருந்தே பவளமலை நன்றாக எங்களுக்குத் தெரிந்தது. மலையிலே, வளர்ந்த உயரமான மரங்கள் காணப்பட்டன. சிற்சில இடங்களில் சிறுசிறு அருவிகள் கண்ணிற்பட்டன. ஒரு புறத்தில் மலைக்கு ஏறுகிற பாதை நன்றாகத் திருத்தியமைக்கப் பட்டிருந்ததை, போகிற பாதையிலிருந்தே கண்டு கொண்டோம். நாரிபுரிக்குப் போவதைக் காட்டிலும் பவளமலைக்கு நேராகவே போய் விடலாம் என்கிற ஆசை எனக்கு ஏற்பட்டது. ஆனால், அதை நான் பூபதியிடம் சொல்லவில்லை. அவனுக்கு மலை, ஆறு முதலிய இயற்கை அழகுகளில் அவ்வளவு பிடித்தமில்லை என்று

தெரிந்து கொண்டு விட்டேன். எனவே மௌனமாக நடந்து கொண்டிருந்தோம். நாரிபுரியை அடைந்ததும். அதன் வீடு அமைப்புகளைக் கவனித்தேன். அந்த ஊரில் குடிசை என்பது இருப்பதாகவே தெரியவில்லை. எல்லாம் ஓட்டு மண்டபக் கட்டிடங்கள். ஒரு வீட்டைப் பார்த்தால் இன்னொரு வீட்டைப் பார்க்க வேண்டிய தேவையேயில்லை. காலஞ்சென்ற திவான் சேஷய்யா சாஸ்திரிகள் புதுக்கோட்டை நகரத்தின் வீதிகளை ஒழுங்காக அமைத்திருப்பது போல, நாரிபுரி வீதிகளும் ஒழுங்காக அமைக்கப் பெற்றிருந்தன. ஊரிலே சந்துகள், சிறிய வீதிகள் இருந்ததாகத் தெரியவில்லை. வீதிகளில் சிறிதும் கோணல் கிடையாது. வீதிகள் முழுவதும் தூண் விளக்குகள் அமைக்கப் பட்டிருந்தன. காப்பிக்கடை, சாப்பாட்டுக் கிளப்பு, கள்ளுக்கடை, சாராயக்கடை எதுவும் கண்ணில் தென்படவில்லை.

நாங்கள் நாரிபுரிக்குச் சென்ற பொழுது, காலையில் சுமார் பதினோரு மணியிருக்கும். சிறுபிள்ளைகளும் சிறு பெண்களும் பள்ளிக்கூடத்திலிருந்து திரும்பி வருவதாகத் தோன்றிற்று. இரண்டு பர்லாங்கு தூரத்துக்கு ஒவ்வொரு இடத்திலும் போலீஸ் காவலாளிகள் நின்று கொண்டிருந்தார்கள். இவர்களில் ஆண் களும் காணப்பட்டார்கள். வீதியின் ஒரு புறத்தின் மாடுகளுக்கு நீர் குடிக்க வசதிகள் அமைக்கப் பெற்றிருந்தன.

அதற்குப் பக்கத்தில் சிறிய சாவடிகளும் பசும்புல் தரையும் மலர்ச் செடிகளும் காணப்பட்டன.

இதற்குள் நாங்கள் போலீஸ் சாவடிக்கு அழைத்துச் செல்லப்பட்டோம். அங்கே ஒரு பெண் நாற்காலியில் உட்கார்ந்து கொண்டு, மேஜையிலிருந்த சில தஸ்தாவேஜுகளைப் படித்துக் கொண்டிருந்தாள். அவளுக்கு முன்னால் நாங்கள் கொண்டு போய் நிறுத்தப்பட்டோம்.

"என்ன?" என்றாள் அவள். "அனுமதி பெறாமலும் ஓடத்தில் ஏறி வராமலும் இவர்கள் இருவரும் ஆற்றில் நீந்தி நாரிபுரியின் எல்லைக்கு வந்துவிட்டார்கள். அனுமதியில்லாத தனால் போலீஸ் சாவடிக்குச் சட்டப்படி கை விலங்கிட்டு இவர்களிருவரையும் கொண்டு வந்தோம்" என்றாள் போலீஸ் காவல் பெண். "அவர்கள் சொல்லுவதை நீங்கள் ஒப்புக் கொள்கிறீர்களா?" என்று போலீஸ் அதிகாரி எங்களைப் பார்த்துப் கேட்டாள். "முற்றிலும் உண்மை" என்றோம். நாங்களிருவரும் ஏககாலத்தில், "என் வேலை எளிதாகி விட்டது. நீங்களிருவரும் உளவுச் சட்டத்தின் கீழ் குற்றம் சாட்டப்பட்டிருக்கிறீர்கள். நீங்கள்

குற்றம் செய்து விட்டதாகத் தீர்ப்புக் கூறி விடவில்லை. அந்த அதிகாரம் எனக்குக் கிடையாது. நீங்கள் நாரிபுரியின் நீதி ஸ்தலத்தில் நாளைக்கு ஆஜராக வேண்டும். இன்று முழுவதும் நீங்கள் போலீஸ் பந்தோபஸ்தில் இருக்க வேண்டும். உங்கள் பெயர் முதலியவைகளை மாலையில் கேட்டுக் கொள்கிறேன். நீங்கள் ஸ்நானம் முதலியன செய்து இப்பொழுது இளைப் பாறுங்கள். 113, இவர்களைக் கொண்டு போ" என்று அதிகாரி உத்திரவிட்டாள். நாங்கள் போலீஸ் லாக்கப்புக்குக் கொண்டு போகப்பட்டோம்.

நாரிபுரி போலீஸ் பாதுகாப்பு மிகவும் நேர்த்தியாக இருந்தது. அனாவசியமான யாதொரு அசௌகரியமும் வேண்டுமென்று அதிலிருப்பவர்களுக்குச் செய்யப்படவில்லை. ஸ்நானம் செய்ய வசதி இருந்தது. நாங்களிருவரும் ஸ்நானம் செய்தோம். வீட்டு ஆகாரத்தைப் போலவே எங்களுக்கு ஆகாரம் கொடுக்கப் பட்டது. நாங்கள் அடைக்கப்பட்டிருந்த இடம் மிகவும் சுத்தமாக வைக்கப்பட்டிருந்தது. நல்ல படுக்கை. அவ்வளவு சுத்தமாய்ப் படுக்கை வைத்திருக்கப்படும் என்று நாங்கள் எண்ணியதே யில்லை. சாப்பாடு முடிந்ததும், "வேண்டுமானால் படிக்கப் புத்தகங்கள் தருகிறோம்" என்றார்கள். காப்பாளர்கள். அங்கு காப்பாளர்களில் ஆண்களுமிருந்தனர். "சுப்பிரமணிய பாரதியார் நூல்கள் இருந்தால் கொடுங்கள்" என்றோம். "சுப்பிரமணிய பாரதியாரின் நூல்களில் எது வேண்டும்?" என்றார்கள். " ஞானரதம், நவதந்திரக் கதைகள் இருந்தால் வேண்டும்" என்றேன். இரண்டு நூல்களையும் கொண்டு வந்து கொடுத்தார்கள். நாங்கள் படித்துக் கொண்டிருந்தோம்.

எங்களிடம் சிறைக்காப்பளர்கள் காட்டிய மரியாதையை என்னென்று சொல்வேன்? கைது செய்தவுடனே, ஒருவனைக் குற்றவாளியாகக் கருதி, அதுபோல் நடத்தும் மனோபாவம் அந்தக் காப்பாளர்களிடம் கிடையாது. நாரிபுரியில் நாங்கள் கண்டவை யாவும் புதிதாகவே இருந்தன. எங்களைத் தவிர லாக்கப்பில் வேறு யாருமேயில்லை. எங்களுக்கு லாக்கப்பில் கொடுத்த ஆதாரத்தைப் போலக் கொடுத்தால், அந்த நாட்டு, அரசாங்கத்துக்குக் கட்டுமா என்று யோசித்துப் பார்த்தேன். கட்டாமல் போகுமாகில் அத்தகைய ஆகாரம் கொடுப்பார்களா என்று எண்ணி, எனது முந்தின எண்ணத்தைத் திருத்திக் கொண்டேன். மாலை நான்கு மணியிருக்கும். காலையில் பார்த்த போலீஸ் அதிகாரி எங்களிடம் வந்தார் எங்களைக் கச்சேரிக்கு

அழைத்து வருமாறு கட்டளை யிட்டுச் சென்றார். கையில் மீண்டும் விலங்கிடப் பெற்று, அதிகாரி முன்னிலைக்கு நாங்கள் அழைத்தச் செல்லப்பட்டோம்.

"லாக்கப்பில் உங்களுக்குச் சரியான உணவு கொடுக்கப் பட்டதா? அதைப்பற்றி உங்களுக்கு ஏதேனும் குறை சொல்லிக் கொள்ள வேண்டுமா? இருந்தால் சொல்லிக் கொள்ளலாம்" என்று அந்த அதிகாரி கேட்டார், "எங்கள் வழக்கமான உணவைப் போலவே இங்கு எங்களுக்கு உணவு கொடுக்கப் பெற்றது. குறையொன்றுமேயில்லை. எனவே இந்த அரசாங்கத்தின் மரியாதைத் திட்டத்தைப் பற்றி, ஒரு வார்த்தை புகழ்ந்து பேசுமாறு எங்களுக்கு இடங்கொடுக்க வேண்டும். நாங்கள் இந்த அரசியலை வாயார வாழ்த்தினதாக முதலில் எழுதிக் கொள்ளும்படியாக வணக்கமாகக் கேட்டுக் கொள்ளுகிறோம். எங்கள் மனத்திலிருப் பதைத் தெரிவித்துக் கொள்ள வேண்டியது எங்கள் கடமை" என்றேன்.

"நல்லது, நீங்கள் அனுமதியில்லாமல் இந்த நாட்டுக்கு வந்திருக்கலாகாது. எனவே உங்கள் பேரில் 'ஒற்றர்' என்ற குற்றம் சாட்டப்பட்டிருக்கிறது. உங்கள் ஊர், பெயர் முதலியனவற்றை நான் யாதொரு குறுக்குக் கேள்விகளும் கேட்காமல் சொல்லி விடுவீர்கள் என நம்புகிறேன்" என்றார் அந்த அதிகாரி, "உங்களிஷ்டப்படியே சொல்லுகிறேன். என் பெயர் கணபதிராயன். நான் தேசசஞ்சாரம் செய்வதில் ஆவல் கொண்டவன். புதுமையை நாடி, எங்கும் செல்வது எனது வழக்கம். எனது ஊர் பொருளூர். எனது தாய் தந்தையர்களின் பெயர் எனக்குத் தெரியாது. நான் எந்த அரசாங்கத்துக்கும் ஒற்றனல்ல. எல்லாத் தேசங்களையும் சுற்றிப் பார்த்தது போலவே, இங்கும் வந்தேன். ஆற்றின் கரையில் தடுக்கப் பெற்றேன். இந்த ஊருக்கு வரும்படி என்னைத் தூண்டியது இந்நகர் மாணிக்கம் கோதையர் கூச்சல் பட்டியில் தலைமை வகித்ததே யாகும். கூச்சல் பட்டியிலேயே தெரிந்திருந்தால், அவர்களுடன் சேர்ந்து வந்திருப்போம். சட்டத்தை மீறியது தவறு. சட்டம் தெரியாது என்று சமாதானம் கூறுவதும் தவறு என்று ஒப்புக் கொள்கிறேன். ஆனால் சட்டத்தை மீறியேனும் இந்த அற்புத நாட்டைப் பார்க்க வேண்டும் என்ற ஆவல் என்னிடம் மிகுதியுமிருந்தமையால் நான் சட்டத்தை மீறினேன். சட்டத்தை மீறி நடப்பது எனது தொழிலல்ல" என்றேன்.

"சரி; அடுத்த பேர்வழி" என்றார் அதிகாரி. "எனது நண்பன் கணபதிராயன் சொல்லியதில் பெரும்பான்மை எனக்கும்

பொருந்தும். என்பெயர் பூபதிராயன். எனது ஊர் பஞ்சையூர். என் தாய் தகப்பனார்களைப் பற்றி எனக்கு அதிகம் தெரியாது. எனது சிறுபிராயத்திலேயே அவர்கள் மரித்துப் போயினர். வெறும் வாய்ப் பேச்சாளர்கள் இல்லாத இடத்தைக் கண்ணால் பார்க்கவேண்டும் என்ற ஆவல் மிகுதியால், எனது நண்பனுடன் தேச சஞ்சாரத்துக்குப் புறப்பட்டேன். நல்லர சாட்சியாகிய நல்விருந்துக் காட்சியை ஒரு கணமேனும் பார்க்க வேண்டு மென்பது எனது அவா. சட்டத்தை மீறி, இந்தக் கரை சேரா விட்டால், இந்த விசித்திர நாட்டை என் ஆயுளில் ஒரு பொழுதும் நான் பார்த்திருக்க முடியாது. சட்டத்தை மீறியது எனது பாக்கியமாகும். எனது இந்தப் பாக்கியத்தின் பொருட்டு, நான் எத்தகைய தண்டனை பெற வேண்டுமானாலும் பெறத் தயாராக இருக்கிறேன்" என்று பூபதி சொன்னான்.

"உண்மைதானே" என்றார் அதிகாரி. "ஆம்" என்றான் பூபதி. "உங்களைப் பார்த்தால் மாணிக்கக் கோதையார்க்கும் அடையாளம் தெரியுமா?" என்றார் அதிகாரி. "தெரியத்தான் வேண்டும். மறந்து போயிருந்தால், நாங்கள் என்ன செய்வது? அதனால் எங்கள் வார்த்தைகளைப் பொய்யென்று சொல்ல லாகாது" என்றேன். "நல்லது. மாணிக்கக் கோதையார் இவ்விடம் சிறிது நேரத்திற் கெல்லாம் வருவார்கள். பிறகு மற்றைய சங்கதிகள்" என்றார் அதிகாரி. இவ்வாறு பேசிக் கொண்டிருக்கும் பொழுதே மாணிக்கக் கோதையார் அங்கு வந்து விட்டார்.

அதிகாரியுள்பட எல்லோரும் சலாம் செய்தார்கள். மாணிக்கக் கோதையார் எங்களைச் சிறிது நேரம் வெறிக்கப் பார்த்துவிட்டுச் சிரித்தார். நாங்கள் மௌனமாய் இருந்தோம். "இவர்கள் ஏன் கைது செய்யப்பட்டிருக்கிறார்கள்" என்று மாணிக்கக் கோதையார் கேட்டார். "அனுமதியில்லாமல் நமது நாட்டில் நுழைந்ததற்காக" என்றார் போலீஸ் அதிகாரி. "அவர்கள் வாக்கு மூலத்தில் தங்கள் கூச்சல் பட்டி பிரசங்கத்தின் மூலமாக, இந்த நாட்டைப் பார்க்கவேண்டும் என்ற அவா ஏற்பட்டதாகக் கூறியிருக்கிறார்கள்" என்றார் அதிகாரி. "அவர்களை எனக்குத் தெரியும். அவர்கள் சொல்லியிருப்பது உண்மை. அவர்களுடைய விலங்குகளைக் கழற்றிவிட்டு, அவர்களைப் பற்றிய தஸ்தாவேஜுவை பைலில் வைத்துவிடுங்கள்" என்றார் மாணிக்கத் கோதையார்.

கை விலங்குகள் எடுக்கப்பட்டதும், "உங்களை நான் கூட்டம் கலைந்தபின் தேடிப் பார்த்தேன். விசாரித்தேன். ஒரு தகவலும் யாராலும் கொடுக்கவில்லை. உங்களைக் கண்டு

பேசவேண்டும் என்று அவா அடைந்தேன். அன்று அது நேர்முகமாய்ப் பூர்த்தியாகவில்லை. இன்று கோணலாக அந்தப் பாக்கியம் கிடைத்ததை மிகுதியும் பாராட்டுகிறேன். வாருங்கள், போவோம். கொத்தவால்! வேறு விசேஷ மில்லையே" என்று மாணிக்கக் கோதையார் போலீஸ் அதிகாரியைக் கேட்டார். இல்லை என்று மறுமொழி வரவே, நாங்கள் மூவரும் போலீஸ் கச்சேரியை விட்டு வெளியே சென்றோம். "நேரே நாம் வீட்டுக்குப் போவோம். நாளைக்கு நாரிபுரியைச் சுற்றிப் பார்க்கலாம்" என்று மாணிக்கக் கோதையார் எங்களிடம் சொன்னார். சரியென்று அவர் கூடவே சென்றோம்.

வீதிகளில் எவரும் எங்களை வெறித்துப் பார்க்கவில்லை ஒவ்வொருவரும் தத்தம் அலுவலின் பேரில் சென்று கொண்டிருந்தனர் போலும்! நாங்கள் மூவரும் மாணிக்கக் கோதையார் வீட்டுக்கு வந்து சேர்ந்தோம். வீட்டில் ஒரு பெரிய அம்மாள் இருந்தார். எங்களை வாருங்கள் என்று வரவேற்றார். நாங்கள் சென்ற வீடு ஏனைய வீடுகளைப் போலவே நடுத்தரமாக இருந்தது. இரண்டு அறைகள், ஒரு கூடம், தாழ்வாரம், சமையலறை, பின்புறத்தில் ஒரு தோட்டம், வீட்டுக்குள் ஒரு கிணறு அந்த வீட்டிலே அந்தப் பெரிய மனுஷியைத் தவிர, வேறு ஒரு பேர்வழியும் இல்லை. நாங்கள் யாவரும் ஒரு சடைப் பிரப்பம்பாயில் உட்கார்ந்து கொண்டோம்.

"உங்களைப் பார்த்தால் இந்த நாட்டில் ஒரு செல்வாக் குள்ள அதிகாரியைப் போலத்தோன்றுகிறதே, நீங்கள் யார்?" என்று நான் மாணிக்கக் கோதையாரைக் கேட்டேன். "எங்கள் நாட்டுக்குக் கோதைத் தீவு என்று பெயர். இந்த நாட்டின் தலைநகர் நாரிபுரியாகும். நான் இந்த நாட்டின் போலீஸ் தலைமை அதிகாரி. எனக்கு இப்பொழுது 24 வயதுதான் என்றாலும் பெரிய பொறுப்பை என் பேரில் போட்டிருக் கிறார்கள்" என்றார் மாணிக்கக் கோதையார். "ரொம்பவும் சந்தோஷம், நாங்கள் வீதியில் வரும்பொழுதும், சில பேச்சுகள் எங்களுக்குப் புரியவில்லை" என்றேன்.

"அதைப்பற்றிப் பேசவே நான் வாய் எடுத்தேன். அதற்குள் நீங்கள் முந்திக் கொண்டு விட்டீர்கள். இந்த நாட்டில் சில சொற்கள் சிறப்பாக வழங்கப்பெறும். எனவே அவைகளை நான் உங்களுக்கு இப்பொழுது கூறுகின்றேன். அவைகளை நினைவு வைத்துக் கொள்ளுங்கள். இந்த நாட்டிலே, நீங்கள் சகஜமாக உபயோகித்து வரும் வார்த்தைகளும் பெரியவர்களுக்கு

அர்த்தமாகும். சிலர்களுக்கு அர்த்தமாகாது. இங்கு வழங்கும் சிறப்பான சொற்களுக்கு ஒரு ஜாப்தா கொடுக்கிறேன்.

பெண்களுக்குப் பெயர்	-	கோதை
ஆண்களுக்குப் பெயர்	-	காளை
ஆண் குழந்தைகளுக்கு	-	கன்று
கலியாணமாகாத ஆண் சிறுவர்களுக்கு	-	குட்டி
பெண் குழந்தைகளுக்கு	-	தோகை
கலியாணமாகாத பெண் சிறுமிகளுக்கு	-	மல்லிகை
மனைவியையிழந்த ஆண்களுக்கு	-	மோழை
புருஷனையிழந்த பெண்களுக்கு	-	மூளி
பெண்களில் முதியவர்களுக்கு	-	ஔவை
ஆண்களில் முதியவர்களுக்கு	-	ஆழ்வார்
வயல்களுக்கு	-	கழனி
காளை மாடுகளுக்கு	-	எருது
கலியாணத்துக்கு	-	கூடல்
பிறப்பிற்கு	-	உதயம்
மரணத்திற்கு	-	மறைவு
பெண்கள் ஆள் ஆவதற்கு	-	மலர்ச்சி
பெண்களில் மாதவிடாய்க்கு	-	ஆவல்
குழந்தைக்கு (பொதுவாக)	-	குழவி
இந்நாட்டின் அரசியலை நடத்துவோர்களுக்கு	-	நிர்வாகி
நியாயத்துக்கு	-	நீதி
நியாயாதிபதி	-	தருமன்
வீடுகளுக்கு	-	இல்லம்

அத்தியாயம் - 12

வேடிக்கை

மாணிக்கக் கோதையார் மேலும் சொல்லுகிறார் :- நாணம் என்ற சொல்லே இந்த நாட்டின் வழங்கப்படுவதில்லை. அதற்குத் தேவையான சந்தர்ப்பமும் உணர்ச்சியும் இந்த நாட்டில்

கிடையாது, நான் கூறிய இந்தச் சொற்களை இப்பொழுது நினைப்பில் வைத்துக் கொண்டால் போதும். பின்னர் தேவையானபொழுது புதிய சொற்கள் தோன்றுமாயின், அவைகளின் பொருளை அப்பொழுது விளக்கிக் கூறுகின்றேன். உங்கள் நாட்டுச் சொற்களைவிட, நான் சொல்லி வந்தவை பொருத்தமும் பொருட் செறிவும் உள்ளவை என்று உங்களுக்குத் தோன்றி யிருக்கக் கூடும்.

"கலியாணமான பெண், கோதை என்கிறீர்களே, உங்களுக்குக் கலியாணமாயிற்றே? ஆயிற்றாயின் உங்கள் காளை எங்கே" என்றேன். கோதையார் சிரித்துக் கொண்டு, "எனக்கு இன்னும் கூடல் ஆகவில்லை. எனது உத்தியோகத்தின் மரியாதைப் பதவிக்காக எனக்குக் கோதை என்று கௌரவப் பட்டம் அளிக்கப் பட்டிருக்கிறது. எனது தாய் மதுரவல்லி ஔவையார் மட்டும் இருக்கிறார்கள். உங்களை வரவேற்ற, இதோ நம்முடன் வீற்றிருக்கும் இவரே எனது தாய்" என்றார் அவர்.

நான் பெருமூச்சு விட்டுக் கொண்டு, மனத்தில் ஒருவாறு ஆறுதல் அடைந்தேன். "கோதைத் தீவில் ஒருவரும் மாமிசம் உண்பதில்லை. அதை நீங்கள் தெரிந்து கொள்ளுங்கள்" என்றார் கோதையார். இவையாவற்றையும் கேட்டுக் கொண்டு பூபதி மௌனமாய் உட்கார்ந்து கொண்டிருந்தான். அதற்குள் அங்கு ஒரு பெண் வந்தாள். அவளுக்குச் சுமார் 22 வயதிருக்கும். "நண்பர்களே! இப்பொழுது இங்கே வந்திருப்பது பூங்காவன மல்லிகை. இவள் எனது தோழி. இந்த நாட்டின் தலைமை நிர்வாகியின் தோகை. இவளை உங்களுக்கு அறிமுகம் செய்து வைக்கிறேன்" என்றார் மாணிக்கக் கோதையார். "இவர்களில் ஒருவர் பெயர் கணபதிராயன்; மற்றவர் பெயர் பூபதிராயன். நமது நாட்டைப் பார்வையிட வந்திருப்பவர்கள். எனவே நமது விருந்தினர்கள்" என்று எங்கள் இருவரையும் பூங்காவன மல்லி கைக்குக் கோதையார் அறிமுகப்படுத்தி வைத்தார்.

நாங்கள் ஒருவரையொருவர் தெரிந்து கொண்டோம். "இந்த நாட்டின் பாஷையும் பழக்க வழக்கங்களும் எங்களுக்கு அதிகமாய்த் தெரியாததனால், நாங்கள் தற்போது தங்களிடம் அதிகமாகச் சல்லாபம் செய்யும் பாக்கியம் பெறாமலிருக்கின்றோம். எங்களது இந்தக் குறையினால் எங்களுக்குண்டாகியிருக்கும் மன வருத்தத்தைச் சொல்லி முடியாது. எனவே, நானும் எனது நண்பனும் உங்களிடம் அதிகம் பேசாமலிருந்ததால், அதைப் பொறுத்துக் கொண்டு மன்னித்து விடுங்கள்" என்றேன். "நீங்கள்

அடக்கம் காண்பிக்கத் தேவையில்லை. நீங்கள் நாட்டிற்கு புதிது என்பது எங்களுக்குத் தெரியும். எனவே நாங்கள் உங்களிட மிருந்து அதிகமான பேச்சை எதிர்பார்க்கவில்லை. ஆகையால் நீங்கள் மன்னிப்பு மனுச் செய்து கொண்டு, எங்கள் அறிவைக் கேவலமாக்கி விடாதீர்கள். ஒரு பொருளை நிதானித்து நிர்த்தாரணம் செய்ய எங்களுக்கும் ஆற்றல் உண்டாதலால் நீங்கள் மிகைப் படக் கூறுவது எங்கள் அறிவின் மதிப்பைக் கெடுப்பதாகும்" என்றார் மாணிக்கக் கோதையார். அதை ஆமோதித்துத் தலையை அசைத்து நான் மௌனமாயிருந்தேன்.

தான் வந்த வேலையைத் தெரிவித்துக் கொள்ளாமல் பூங்காவன மல்லிகை விடைபெற்றுக் கொண்டு சென்று விட்டார். இதற்குள் பொழுதும் போய்விட்டது. இரவும் வந்து விட்டது. "இங்கேயே இருங்கள். இதோ வந்து விடுகிறேன்" என்று சொல்லி விட்டு மாணிக்கக் கோதையார் வெளியே சென்றார்.

நானும் பூபதியும் பேசத்துவங்கினோம். என்ன பூபதி பேசாமல் மௌமாயிருக்கிறாயே என்றேன். "நீ பேசப் போகின்றாய் என்பது எனக்குத் தெரியும். எனவே நான் ஏன் பேச வேண்டும் எனச் சும்மாயிருந்தேன்" என்று அவன் சொல்லிவிட்டுச் சிரித்தான். இவ்வளவு காலமாக அவன் சிரித்ததே இல்லை. இப்போது தான் பூபதி சிரித்திருக்கிறான். இந்த நாடு அவனுக்குப் பிடித்துப் போய் விட்டது. என்பது தெளிவு. அவன் சந்தோஷம் கொண்டிருக்கும் காலத்தில் எவ்வாறு பேசுகின்றான் என்பதைத் தெரிந்து கொள்வதற்கு எனக்கு ஒரு வித ஆவல் தோன்றிற்று. அதை வெளியே காண்பித்துக் கொள்ளாமல், "பூபதி ராயா! இந்த நாடு எப்படியிருக்கிறது?" என்று கேட்டேன்.

"நான் இதை முழுமையும் பார்க்காவிட்டாலும், அதைப் பற்றிப் போதுமான அளவு தெரிந்து கொண்டு அது பானைச் சேற்றுக்கு ஒரு சோறுதான் பதம் பார்ப்பார்கள் அதுபோல, போலீஸ் லாக்கப்பிலேயே இந்த நாட்டார் அனைவரும் மரியாதை தெரிந்தவர்களாக் காணப்படுகின்றார்கள். இன்னொரு அதிசயத் தைப் பார்த்தாயா? இவ்வளவு வேலை நடைபெறுகிறதே, இந்த நகரில் கூச்சல் அதிகமாயிருக்கிறதா? சத்தம் காதில் கேட்கவே இல்லையே! ஆச்சரியம்! தேவையான அளவு பேசுகின்றார்கள். அப்பா! எனது மனத்தவிப்பு ஒருவாறு தணிந்து போய்விட்டது. இனி நான் மன அமைதியுடன் இறக்க முடியும். பெண்கள் அரசியல் நடத்தினால், அது அழகாக நடைபெறும் போலிருக்கிறதே" என்றான் பூபதி. "நீ சீக்கிரம் மரிக்கப்

போகிறவனாகத் தோன்றவில்லை. உனக்குத் கலியாணம் ஆகும் என என் மனதில் உதயமாகியிருக்கிறது. உன்னைக் கண்டதும் அந்தப் பூங்காவன மல்லிகையின் முகமலர்ச்சியை நான் பார்த்த பிறகு, நீ வெகு காலத்திற்குப் பிரம்மச்சாரியாக இருக்க முடியாது என்று தீர்மானித்துக் கொண்டேன். நான் எண்ணுவது பிரமை என்று நினைக்காதே. எனக்குப் பெண்களின் உள்ளம் நன்றாய்த் தெரியும். அதை நான் ஒரு *சாஸ்திரமாக்கி* வைத்துக் கொண்டிருக் கிறேன்" என்றேன்.

"உனக்குப் பெண் நினைவுதான் எப்போதும். உனக்கும் நான் கலியாணம் திட்டம்செய்துவிட்டேன். உனது மனைவி மாணிக்கக் கோதையார் என்று உன் கூர்மையான கண்களில் படவில்லையா?" என்று சொல்லிச் சிரித்தான். பூபதி சொல்லிய சந்தேகம் எனக்கும் தோன்றாமல் இல்லை வரும் என்றாலும், மக்கைப் போல் நடந்து கொண்டு வரும் பூபதியின் கண்கள் எவ்வளவு கூர்மையுள்ளவைகள் என்பதை அப்பொழுதும் பின்னும் அதிகமாகத் தெரிந்து கொண்டேன். "சொல்லுக்குச் சொல் சொல்லிவிட்டாய். ஆதாரமில்லாமல் சொல்லும் வழக்கம் உன்னிடத்தில் கூட உண்டா?" என்றேன். "அப்படியா? உன் மனத்தை ஒளித்துக் கொண்டு, வேறு மாறு விஷயத்தை என்னிடம் பேசும் வழக்கத்தை எப்பொழுது முதல் நீ கைக் கொண்டிருக்கிறாய்? மனத்தை ஒளிப்பது எளிதான காரியமல்ல. சிறு குழந்தையைப் போல செய்யத் துணிந்த உனது துணிச்சலை நான் மிகவும் மெச்சுகின்றேன்" என்றான் பூபதி.

"மன்னிப்பாயாக! பூபதி. உனது கண்கள் மட்டும் கூர்மை யானவை என்று எண்ணிக் கொண்டிருந்தேன். உனது அறிவும் இவ்வளவு கூர்மையாயிருப்பதைக் கண்டு சந்தோஷம். உள்ள படியே உன்னிடமிருந்து என் மனத்தை ஒளிக்கப் பார்த்தேன். அதை நீ தெரிந்து கொண்டாய். என்ன பந்தயம்! இந்த ஊரில் நமக்குக் கலியாணம் ஆகப் போகிறது" என்று உற்சாகத்திலே நிதானங்கடந்து சிறிது உரக்கச் சொல்லி விட்டேன். உண்மை தான் என்று சொல்லிக் கொண்டு. மாணிக்கக் கோதையர் உள்ளே நுழைந்தார். நான் திடுக்கிட்டுப் போனேன். ஆனால், பூபதியோ அசைவற்று, தனது அவயவத்தில் யாதொரு மாறுதலு மின்றி அப்படியே உட்கார்ந்து கொண்டிருந்தான். நெருக்கடியிலும் அவனுக்குப் பரபரப்புக் கிடையாது.

அத்தியாயம் - 13

நாரிபுரி வர்ணனை

மாணிக்கக் கோதையார் வந்த பின்னர், "இந்த நாட்டைப் பற்றியும் உங்கள் கலியாணத்தைப் பற்றியும் உங்களுக்குள் ஒருவாறு பேசி முடித்துக் கொண்டீர்கள். நீங்கள் மனத்தி லுள்ளதை ஒளிக்காமல் பேசியது எனக்கு மகிழ்ச்சியைத் தருகின்றது. நீங்கள் பேசியதைப் பற்றி எனக்கு வருத்தமில்லை. நீங்கள் பேசாமலிருந்தால், ஒரு கால் உங்களிடம் எனக்குச் சந்தேக முண்டாகியிருக்கும். நீங்கள் பேசியவரையிலும், என்மனதில் உங்களைப் பற்றித் தெளிவு ஏற்பட்டதைக் குறித்து எனக்கு ரொம்ப சந்தோஷம்"என்றார். "உயிர் போவதாயிருந்தாலும் எதையும் நாங்கள் பேசியது உங்களுக்கு எவ்வாறு தெரிந்தது என்று தான் அறிய ஆவலுள்ளவர்களாயிருக்கிறோம்" என்றேன்.

"இந்த ஊரில் ஒரு வீட்டில் மெதுவாகப் பேசினாலும், நாலைந்து வீடுகளுக்கு அப்பால்கூடக் கேட்கும். அது உங்களுக்குத் தெரியாது. தவிர, புதிய ஊருக்குவந்தவர்கள் அதைப்பற்றிப் பேசாமலிருக்கமாட்டார்கள். மேலும் கோதைத் தீவுக்கு பெரும் ஏனைய நாட்டு ஆடவர்கள் முற்றும் துறந்த துறவிகளா யிருப்பினும், கலியாணத்தில் ஆவல் கொள்வார்கள். எனவே, நீங்கள் பேசியதை என்னால் தெரிந்துகொள்ள முடியாது என்று நீங்கள் எண்ணிக்கொள்ள வேண்டாம். நீங்கள் நினைக்கிற நினைப்பை வெளியே சொல்லுவதில் யாதொரு பாதகமும் கிடையாது. மனதில் எண்ணியதை, வெளியிலே சொல்லாம லிருப்பதுதான் தவறு. மனத்தை ஒளிப்பதனாலேதான் உலகத்திலே தீமை வளர்கின்றது. கலியாணத்தை விரும்புவதும் செய்து கொள்ளுவதும் பாபமான காரியங்கள் அல்ல. ஆனால் அவை களை மறைத்து வைத்துக் காரியம் செய்தால்தான் பேராபத்து விளையும்" என்றார் கோதையார்.

நாங்கள் மௌனமாய்க் கேட்டுக் கொண்டிருந்தோம். சில்லறைப் பேச்சுகளாக, பொழுது போயிற்று. இரவு ஐந்து நாழிகை இருக்கும். மணிச்சத்தம் கேட்டது. ஊரில் ஒவ்வொரு மணிக்கும் மணியடிக்கும் வழக்கம் உண்டு. "போஜனம் அருந் தலாமா?" என்று கோதையார் எங்களைக் கேட்டார். சரியென்று கை கால்களைச் சுத்தம் செய்து கொண்டு, குறிப்பிட்ட இடத்துக்குப் போய்ச் சேர்ந்தோம். கோதையாரின் தாயார் பரிமாறினார்.

உணவு சுவையுடன் சமைக்கப்பட்டிருந்தது. சாப்பாடு முடிந்தது.

“நீங்கள் அனுமதி கொடுத்தால் நான் உங்களுக்குப் பரிமாறுகிறேன். நீங்கள் சாப்பிட உட்காருங்கள்” என்று கோதை யாரிடம் நான் சொன்னேன். “சரி, அப்படியே செய்யுங்கள்” என்று சொல்லிவிட்டு கோதையார் உட்கார்ந்து கொண்டார். நான் பரிமாறினேன். எல்லோருமாகத் தாழ்வாரத்துக்கு வந்து சேர்ந்தோம். “உங்களுக்கு வெற்றிலைப் பாக்குத் தேவையுண்டா னால் தருகிறேன்” என்றார் கோதையார். தேவையில்லை என்று சொல்லிவிட்டோம். உங்களுக்கு உறக்கம் வராவிடில், இந்த நாட்டைப் பற்றிச் சிறிதளவு சொல்லுகிறேன்” என்றார் அவர். 'பெருமகிழ்ச்சி' என்றோம்.

மாணிக்க கோதையார் புன்முறுவலுடன் ஆரம்பித்தார் :-

“எங்கள் நாட்டுக்கு கோதைத் தீவு என்று பெயர். அதன் முப்புறத்திலும், அதைப் பவளமலை சுற்றி வளைத்துக் கொண்டிருக்கிறது. அதன் நான்காவது பக்கத்தில் மையலாறு ஒடுவதை நீங்கள் பார்த்து வீட்டீர்கள். கோதைத் தீவின் நீளம் பன்னிரண்டு மைல். அதன் அகலம் ஏழுமலை. தனித்துண்டாக இந்தப் பூமி இருப்பதால், இதற்குத் தீவு என்று இதை முதலில் கண்டவர்கள் பெயர் கொடுத்திருந்தார்கள். இந்தத் தீவுக்குத் துவக்கத்தில் நூறு பெண்கள் வந்தார்கள். அவர்கள் உழைத்துப் பாடுபட்டு, நாரிபுரியின் அடித்தளத்தை உண்டாக்கினார்கள். அப்பொழுது இந்த நாடு காடுமயமாயிருந்தது. இந்த நூறு பெண்களும் ஏன் இங்கு தனியாக, துண்டாக, ஆண்களைக் கூட கூட்டிக் கொள்ளாமல் வர வேண்டும் ஆண்மகன்கள் பெண் களைப் படுத்தும் பாட்டைப் பார்த்து மனம் பொறாதவர்களாய், இந்த நாட்டுக்குக் குடியேறி வந்தார்கள். பத்து ஆண்டுகள் வரையிலும் தாங்களே உழைத்துப் பயிர் செய்து நாரிபுரியைக் கண்டார்கள்.

“இதனிடையே காட்டு மிருகங்களும் ஆண்மகன்களும் இங்கே வருவார்களாகில், பெருத்ததீயைக் கொளுத்திப் பேய் களைப் போல் நர்த்தனஞ் செய்து, அவர்களைப் பயமுறுத்தி ஒட்டி விடுவார்கள். வீட்டிலே வீரர்களைப் போல் நடித்து மனைவிமார்களைக் கொடுமை செய்த ஆண்மகன்களுக்கு இங்கே வந்து, இந்த நாட்டைப்பற்றி நேரில் தெரிந்து கொள்ளத் தைரியமில்லை. பத்து ஆண்டுகளுக்குப் பின்னர், பெண் விடுதலையில் நாட்டமுள்ள ஆண் பிள்ளைகள் இங்கு வந்தனர்.

அவர்கள், நூறு கன்னிமார்கள் வகுத்த சட்ட திட்டங்களை ஒப்புக் கொண்டு வாழ்ந்து வந்து இவர்களுடன் மணம் செய்து கொண்டார்கள். மேன்மேலும் ஆண்களும் பெண்களும் வந்தார்கள். பலர் இங்கு தரிக்கவேயில்லை. ஓட்டமெடுத்தார்கள்; அவர்களுடைய வழக்கமான பேச்சையும் அவர்கள் மறந்து போகவில்லை."

"நாளுக்கு நாள் இந்த நூறு கன்னிகளின் யோக்கியதையை நன்குணர்ந்த பெரியார்கள் உத்தமமான ஆண் மகன்களை இந்த நாட்டுக்கு அனுப்பினார்கள். அவர்கள் ஏனையோருடன் உழைந்து இந்த நாட்டைப் பெருமைப்படுத்தி விட்டார்கள். இந்தத் தீவின் மொத்த ஜனத் தொகை ஐம்பதினாயிரம். இத்தகைய தீவும் இருக்கக்கூடுமா என்று நீங்கள் வியப்படைய வேண்டாம். ஐரோப்பாக் கண்டத்தில் ஸ்பெயின் தேசத்துக்கும் பிரஞ்சு நாட்டிற்கும் இடையில், எல்லைப் புறத்தில் மாண்டி கார்லோ என்று ஒரு நகரம் இருக்கிறது. அந்த நகரம் எந்த நாட்டு ஆட்சிக்கும் உட்பட்டதில்லை. அது தனியரசைக் கொண்டிருக்கிறது. சுகம் தேடும் ஐரோப்பிய நாட்டு வாசிகள் அனைவரும் அங்கு சென்று பல நாட்கள் இருந்து சூதாடிக் குடித்து, மற்றும் தகாத காரியங்களைச் செய்து விட்டு, சுகத்தை அனுபவித்து ஆகிவிட்டது என்று தத்தம் ஊருக்கும் வீட்டுக்கும் போய்ச் சேருவார்கள்."

"எங்கள் நாட்டில் அத்தகைய சுகவாழ்வு கிடையாது. அனால், எங்களுக்குத் தனியரசாட்சி உண்டு. அதை நாங்களே நடத்தி வருகின்றோம். எங்களுக்கு அத்தகைய அனுமதி எங்களைச் சுற்றியிருக்கும் அரசாங்கத்தால் கொடுக்கப் பட்டுள்ளது. நாங்களே எங்கள் சட்ட திட்டங்களைச் செய்து வருகிறோம். எங்கள் அரசியல் பொறுப்பிலிருந்து ஆண்களை விலக்குவதுமில்லை; அதிகமாகச் சேர்த்துக் கொள்வது மில்லை. இப்பொழுது கோதைத் தீவில் பிறந்திருக்கும் ஆண்பிள்ளைகள் பெரியவர்களானால், அவர்கள் தாமாகவே அரசியலில் கலந்து பொள்ளுவார்கள். சுதந்திரமுள்ள பெண்களுடன் பிறவி பொய்க் கௌரவத்துடனும் வளர மாட்டார்கள். ஏனெனில், குழந்தைகளை வளர்ப்பவர்கள் நாங்கள் தானே? மேலும் தகாத கௌரவம் அவர்கள் கொண்டால், அவர்களை அடக்க எங்களுக்குத் தெரியும். மேலும் சுதந்திரத்தையும் பொறுப்பையும் உணர்ந்து நடக்கும் பெண்களை ஆடவர்கள் வெறுக்க மாட்டார்கள். ஆனால், கொண்டாடுவார்கள். இதை அனுபவத்தில் நாங்கள் கண்டு கொண்டிருக்கிறோம்."

"இந்த நாட்டிலே முதலாவதாக, ஆண்களுக்கும் பெண்களுக்கும் கட்டாயமாகச் சமையல் பழக்கம் தெரிந்திருக்க வேண்டும். ஜெர்மனியில் மூன்று ஆண்டுகளுக்கு ஆண்களுக்குக் கட்டாய ராணுவப் பயிற்சி இருக்க வேண்டுமென்று இருந்தது போல, இந்த நாட்டில், முக்கியமாக ஆண் பிள்ளைகளுக்கு ஓராண்டு கட்டாயச் சமையல் பயிற்சி போதிக்கப்படுகின்றது. சமையல் தெரிந்தால் தான் அவர்களின் கல்வி பூர்த்தியாகி விட்டதாக இந்த நாட்டில் கொள்ளப்படும். வயதொத்த ஆண்களும் பெண்களும் மரியாதையுடனும் கூச்சமில்லாமலும் பேசிக் கொள்ளுவார்கள். சம்பாஷணை அவரவர்கள் ருசியைப் பொருத்ததாகும். பெண் வயதில் முதிர்ந்தால், அவளை ஆண் மரியதையாகப் பேச வேண்டும். அது போலவே பெண்ணும். அதிலே வேற்றுமை கிடையாது. கட்டாயச் சமையல் பயிற்சி இருக்க வேண்டு மென்பது போல, கட்டாயப் பயிர்த் தொழில் பயிற்சி கட்டாய மாயிருந்தல் வேண்டும். ஆண்டுதோறும் இவைகளில் தேர்ச்சி பார்த்து, சமர்த்தர்களுக்குப் பரிசு கொடுக்கப் படும். நன்றாக நீந்தக் தெரிந்திருக்க வேண்டும். பதினெட்டு வயதுக்கு மேல் இருபத்திரண்டு வயதுக்குள் மேற் கூறிய பயிற்சிகள் யாவும் முடிவு பெற்றவுடன் தனித்தனியாக இவர்கள், பவள மலைக்கு கண்ணைக் கட்டி அழைத்துக் கொண்டு போகப் பட்டு, அங்கு விடப் படுவார்கள்."

"அவர்கள் அங்கு மூன்று நாட்கள் தங்கியிருந்து, மீண்டும் திரும்புதல் வேண்டும். அவர்களுக்காக, ஒரு துப்பாக்கியும் சில சில்லறைச் சாமான்களும் மலையில் வைக்கப்பட்டிருக்கு. அவர்கள் ஏய்த்துவிட்டு வர முடியாது. பவள மலைக்கும் நாரிபுரிக்கும் ஒரே ஒரு பாதைதான் உண்டு. அங்கே காவலாளிகள் காத்துக் கொண்டிருப்பார்கள். மேலும் இது வரையிலும் கோழைகளாகப் பயந்து கொண்டு யாரும் திரும்பி வந்தார்கள் இல்லை. ஓரிருவர் கொடிய மிருகங்களால் அடித்துக் கொல்லப்பட்டும், அவர்கள் பக்கத்தையும் நாரிபுரியார் மிக்க கர்வத்துடன் பார்த்திருக் கிறார்கள்.

"கலியாணத்தில் நிர்ப்பந்தம், சீதனம் முதலியன இல்லை. கலியாணம் சுயம்வர முறையில் நடைபெற்று வருகின்றது. என்றாலும் பெற்றோர்களும் பெரியோர்களும் சம்மதம் கொடுத்தாலன்றி, குறித்த ஜோடி மண முடித்துக் கொள்ள முடியாது. மண முடிந்ததும், அவர்களிருவரும் தனிக் குடும்பமாகப் பிரித்து விடப்பட்டு, சிறிது பூமி துண்டாகக் கொடுக்கப்படுவார்கள்.

வீடு கட்ட சாமான்கள் கொடுக்கப்படும். அவைகளைக் கொண்டு அந்த ஜோடி பிறர் உதவியை நாடி தங்கள் குடியிருப்பு வீட்டை அமைத்துக் கொள்ள வேண்டும். விசாலமான ஜன்னல் இல்லாத வீட்டைக் கட்டினால், அது அரசியலாரால் அங்கீகரிக்கப்பட மாட்டாது வீடு ஏனயை வீட்டுப் பிளானைப் போலிருக்க வேண்டும். அதற்குத் தக்க பூமிதான் கொடுக்கப்படும். அவர் களுக்கு விடப்பட்ட பூமியை அவர்களே உழுது பயிர் செய்து கொள்ள வேண்டும். குழந்தைகளின் கல்விச் செலவைப்பற்றி பெற்றோர்கள் கவலைப் பட வேண்டியதில்லை."

"புகையிலை சம்பந்தமான எந்தச் சாமானும் எத்தகைய லாகிரி வஸ்துக்களும் இந்த நாட்டில் வரக்கூடாது. எவரேனும் இந்த நாட்டை விட்டுப் போக வேண்டுமானால், அரசாங்க அனுமதிச் சீட்டு வேண்டும். வந்தாலும் அப்படியே, வந்த சமயத்தில் வரும் வழியிலேயே அவர்கள் சோதிக்கப்படுவார்கள். புகையிலை முதலிய தடுக்கப்பெற்ற சாமான்களைக் கொண்டு வரும் பேர் வழிக்கு மூன்று நாள் பட்டினித் தண்டனை கொடுக்கப்படும். எத்தனை நாள் பட்டினி என்பது அந்தப் பேர் வழியின் உடற்கூற்றைப் பொருத்ததாகும். அன்னியர்கள் இங்கு வந்து இந்த நாட்டிலே தங்குவதற்கு அனுமதி பெற்றாலொழிய, ஐந்து நாட்களுக்கதிகமாகத் தங்கவிடப்பட மாட்டார்கள். எந்த வீட்டிலும் ஆணுக்குத் தோதில்லாத சமயத்தில் பெண்ணும், பெண்ணுக்குத் தோதில்லாத சமயத்தில் ஆணும் சமைக்க வேண்டும். ஒருவரும் முணு முணுக்கலாகாது ஆண் முணுத்ததாக ருசுவானால், அவனுக்கு அதிக தண்டனை விதிக்கப்படும். தண்டனையெல்லாம் அநேகமாய்ப்பட்டினியாகவேயிருக்கும். அவர்களிடம் விடுதலை யடைந்த மூன்று நாட்கள் வரையிலும் வேறு எவரும் பேசமாட்டார்கள்."

"இது கடுமையான தண்டனையாக இருக்கலாம். ஆனால் இதற்கு இதுவரையிலும் சந்தர்ப்பம் நேர்ந்ததில்லை. சில சமயங்களில் அன்னிய நாடுகளிலிருந்தும் வரும் ஆண் பிள்ளைகள் இந்த நாட்டுக்கு வந்து, பாவனை பெண் விடுதலையில் ஆழ்ந்து, பின்னர் சூழ்ச்சி செய்தால், அவர்கள் இரண்டு காதுகளையும் அறுத்து, சிகிச்சை செய்து, பிறகு நாட்டை விட்டுத் துரத்தி விடுவது வழக்கம். இந்த மாதிரிக் கேஸ்கள் ஜாஸ்தி, இது வரையிலும் ஐம்பதுக்கு அதிகமாயிருக்கலாம். இந்த நாட்டில் விபசாரக் குற்றத்துக்குக் கடுமையான தண்டனை. விபசாரம் செய்த ஜோடி 15 நாட்கள் பட்டினி கிடக்க வேண்டும். அவர்கள்

உடம்பு தேறிய பின்னர் பவளமலையில் தனித் தனியே 10 நாட்கள் வாழ வேண்டும். அவர்கள் மரிக்க வேண்டும் என்பதே இந்தச் சட்டம் வகுத்தவரின் நோக்கமாகும். இந்த மாதிரி இதுவரையிலும் ஒரே கேஸ்தான் இந்த ஐம்பது ஆண்டுகளுக்குள் நேர்ந்திருக்கிறது.

அத்தியாயம் - 14

நாரிபுரி வர்ணனை (தொடர்ச்சி)

மாணிக்கக்கோதையர் மீண்டும் சொல்லுகிறார்:-

"இந்த நாட்டின் ஆண்களும் பெண்களும் தனித்தனிப் பள்ளிகளில் படிக்கும் வழக்கம் கிடையாது. சேர்ந்துதான் படிப்பார்கள். ஆண்குழந்தைகள் விளையாட்டுக்குக்கேனும் பெண் குழந்தைகளைக் கௌரவக் குறைவாகப் பேசினாலும் அது கடுமையானக் குற்றமாய்க் கருதப்படும். ஏன் என்று கேட்பீர்கள்? சட்டத்தால் மனிதர்களை அடக்கிவைக்க முடியாது. மருந்தால் மட்டும் நோயைப் போக்க முடியுமா? மருந்து என்பது ஒரு சாக்கு. அதுபோல மக்களின் மனோபாவம் நேராக இல்லாவிட்டால், எத்தனைச் சட்டங்கள் செய்தாலும் அவைகளின் மூலமாக அவர்களையுடைய விகார மனோபாவத்தை மாற்றி வைக்க முடியாது. எனவே, இளம்பிராயம் முதற்கொண்டே குழந்தை களின் மனோபாவத்தைச் சரிப்படுத்தி குற்றத் தூண்டுதலுக்கு அவர்களை இரையாக்காமல் பார்த்துக்கொள்ள முயலுவது தான் கல்வியின் நோக்கமாகும்.

"நாங்கள் அதிகமாகச் சட்டம் செய்வதில் பிரியப்படுவ தில்லை, சட்டங்களை எவ்வளவு தூரம் குறைத்துக் கொண்டு, கல்வி வசதிகளைப் பெருக்க வேண்டுமோ, அந்தத் துறையிலே தான் நாங்கள் பாடுபட்டு உழைத்து வருகின்றோம். எதையும் மூளையிலே சீர் செய்ய வேண்டும்மென்பது எங்கள் நோக்கம். அந்த நம்பிக்கையுடனே தான், நாங்கள் எங்கள் வாழ்க்கையை நடத்திவர முயலுகின்றோம். தும்பை விட்டு விட்டு, எருதின் கொம்பை பிடிக்க முயலுவது எவ்வளவு மதியீனம் என்று உங்களுக்குத் தெரியாதா? இந்த நாட்டில், நாங்கள் பஞ்சத்தைப் பார்த்ததில்லை. ஏனெனில், எங்கள் உழைப்போடு, பருவங்களும் எங்களைஅதிகமாகச் சோதனைச் செய்யவில்லை. நாட்டின் மொத்த தானியத்தைக் கணக்கெடுத்து ஜனத் தொகையையும்

கணக்குப் பார்த்து, எங்களுக்கு இரண்டு ஆண்டுகளுக்கு தேவை யான தானியங்களை வைத்துக் கொண்ட பின்னர்தான், மீதத்தை நாங்கள் விற்போம். விற்பதிலும் வியாபாரம் செய்வதிலும் தனித்தனியே எவரும் தொழில் செய்யக் கூடாது. அரசாங்க வியாபார இலாகா இந்த வேலையை மேற் கொண்டு நடத்தி, கிடைக்கும் பணத்தை எடுத்துக் கொள்ளலாம்.

"எவரிடமும் பணம் குவிந்து போகும்படி நாங்கள் விட்டு விடுவதில்லை. மேலும் பணம் குவிந்து போவதற்குக் காரணமு மில்லை; ஏனென்றால், எல்லோருக்கும் பூமி சமமாகத் தானே பிரித்துக் கொடுக்கப்பட்டிருக்கிறது? நாடு சிறியதாயும் ஜனத் தொகை குறைவாயும் மக்கள் ஒருமனப்பட்டு வாழ்வதாலும் கொடுங்கோன்மையை யொத்த இந்தத் திட்டத்தை அதிக நரநரப்பின்றி எளிதிலே அமுலுக்குக் கொண்டுவர முடிகின்றது. மன வேறுபாடுடைய மக்களிடையே, இத்தகைய திட்டம் கொடுமையாகத் தோன்றும். இந்த நாட்டில் ராணுவம் என்றும் போலீஸ் என்றும் நாங்கள் பிரித்து வைக்கவில்லை. மாறிமாறி ஒவ்வொருவரும் மூன்று மூன்று வருஷம் போலீஸிலும் ராணுவத்திலும் சேவகம் செய்ய வேண்டும். அவர்களுக்குத் தனிச் சம்பளம் கிடையாது. அவர்கள் போலீஸில் சேவகம் செய்யும் பொழுது அவர்களுடைய நிலம் ஏனையோரால் பயிர் செய்யப் பட்டுத் தானியங்கள் அறுவடைச் செய்யப்படும்.

"எங்களுக்குத் தேவையான உடைகளை நாங்களே எங்கள் நாட்டில் செய்து கொள்கிறோம். இந்த நாட்டில் உள்ள உத்தியோஸ்தர்க்கும் ஊதியம் கிடையாது. பதவிமட்டும் உண்டு. உத்தியோஸ்தகர்களும் நிர்வாகிகளும் பொது ஜன வாக்கால் தேர்ந்தெடுக்கப்படுவார்கள். இருபது வயதிற்கு மேற்பட்ட ஆண்களுக்கும் பெண்களுக்கும் வோட் உரிமை உண்டு. ஆனால் கலியாணமாகிவிட்டால் புருஷனோ அல்லது மனைவியோ அந்த உரிமையை உபயோகித்துக் கொள்ளலாம். இருவரும் வோட்டை உபயோகிக்க முடியாது. இது உங்களுக்கு வியப்பாக இருக்கலாம். எல்லா மூளிகளுக்கும் மோழைகளுக்கும் வாக்குரிமை யுண்டு, இருபது வயதிற்கு மேலேதான் மணம் முடித்துக் கொள்ள வேண்டும். மூளியும் மோழையும் கலியாணம் செய்துக் கொள்ளலாம். பெரும்பாலும் இது நேருவதில்லை. ஏனெனில், இந்நாட்டில் அகால மரணம் வெகுவாக நேருவதில்லை. அப்படி நேருமாயின், அனேகமாக மூளி ஒரு மோழையைத்தான் மண முடித்துக் கொள்ளுவாள். தங்கள் தங்கள் குழந்தைகள் யாவரையும் ஒன்று சேர்த்து அவர்கள் தனிக் குடும்பம் நடத்துவார்கள்.

"இரண்டு குழந்தைகளுக்கு அதிகமாகப் பெற்றிருக்கும் மூளியாவது மோழையாவது கலியாணம் செய்து கொள்ளலாகாது. மேலும், அவர்கள் மணமுடித்துக் கொள்ள விருப்பமும் கொள்ளுவதில்லை. தங்கள் குழந்தைகளைக் காப்பாற்றிக்கொண்டு மிகவும் ஊக்கத்துடன் வேலை செய்து உழைத்து வருவார்கள். அவ்வாறு செய்பவர்களுக்குத் தனிக் கௌரவமும் பட்டமும் அரசாங்கத் தாரால் அளிக்கப்பெறும். மூளிகளும் மோழைகளும் இந்தக் கௌரவப் பட்டத்தை அதிகமாக மதிக்கிறார்களேயல்லாமல், சுய நலத்தைக் கருதி மணம் முடித்துக் கொள்ளுவதில் தங்கள் கருத்தைச் செலுத்துவதில்லை."

"நாரிபுரியைத் தவிர, எங்கள் நாட்டில் 25 கிராமங்கள் இருக்கின்றன. கிராமங்களில் கலியாணம் ஏற்பட்டால் ஊரார் எல்லோரும் சேர்ந்து கலியாணத் தம்பதிகளுக்கு விருந்தளிப் பார்கள். யாதொரு செலவும் கிடையாது. கலியாணச் செலவு, ஊராரின் செலவு. நாரிபுரியில், இந்தக் கடமை ஒவ்வொரு வீதியையும் சேர்ந்ததாகும். யாரேனும் இறந்துப்போனால், வீட்டுக்கு ஒரு பேர்வழி, இறந்த வீட்டுக்கு வந்து, ஆக வேண்டியக் காரியங்களைச் செய்து, இறந்த வீட்டுக்கு அன்றைய தினம் ஊரார் அன்னம் அளிப்பார்கள். சாவுச் செலவும் ஊராரைச் சேர்ந்தது. ஊரார் அடிக்கடி ஒன்றுச் சேர்ந்து கலந்து கொள்ளக் கூடிய சந்தர்ப்பங்களை நாங்கள் வளர்க்கப் பார்க்கின்றோம். களிப்பையும் துயரத்தையும் நன்மையையும் தீமையையும் எல்லோரும் பங்கிட்டுக் கொள்ள வேண்டும் என்பது எங்கள் அவா. எந்தக் கிராமத்தில் 20 வீடுகளுக்கு அதிகமாக இருக்கின்றனவோ, அவைகளைப் பல துண்டுகளாக வகுத்து, அந்தத் துண்டுகள் நன்மை தீமையில் கலந்து கொள்ளுமாறு செய்து வருகிறோம். சில கிராமங்களில் எல்லோரும் கலந்துக் கொள்ளுவார்களானால், அந்தக் கலப்பை அரசாங்கத்தார் தடை செய்வதில்லை. காரிய நிர்வாகத்துக்குச் சாதமான, தேவையான துண்டுகளாகப் பிரிக்க வேண்டுமென்பது எங்கள் நோக்கமே யொழிய, ஜனங்களை எவ்வகையாலும் ஒன்று சேராவிடக்கூடாது என்பது எங்கள் நோக்கமல்ல.

"ஒவ்வொரு ஊரிலும் ஒரு பராசக்தி கோவில் உண்டு. அந்தக் கோவிலில் யாரும், விரத அனுஷ்டானத்துடன் செல்லுவார் களாயின் பூஜை செய்யலாம். மாறி மாறி ஒவ்வொருவரும் பூஜை செய்யவேண்டும். பூஜை நிற்கலாகாது. கோவிலுக்குப் பக்கத்தில் ஒரு பெரிய மண்டபமிருக்கும். அங்கே வீரர்களின் செயல்களை விஸ்தாரமாகக் கூறும் புராணங்கள் படிக்கப்படும் ராமாயணம்,

பாரதம், இவைகளிரண்டும் படிப்பார்கள். ஏனைய புராணங்களை நாங்கள் இந்த நாட்டில் படிப்பதில்லை.

'ஏனென்றால், அவைகளில் பெண்ணினத்தை இழிவு படுத்திக் கூறப்பட்டிருக்கிறது. தவிர, பெண்ணுக்கு உயர்ந்த பதவி கிடையாது என்று கூறும் நூல்களும் புராணங்களும் இந்த நாட்டில் தலைகாட்ட முடியாது. பாரதியின் புதிய ஆத்திச் சூடியை ஆரம்பத்தில் குழந்தைகள் படிப்பார்கள் இந்த நாடு அமையப் பெற்ற ஆரம்பத்தில் ஔவைக்கும் ஆண்டாளுக்கும் நாங்கள் ஆண்டு விழாக் கொண்டாடி வந்தோம். இப்பொழுது சுப்பிரமணிய பாரதியார் விழவையும் ஆண்டுதோறும் கொண்டாடுகின்றோம்.

"பட்டினத்துப் பிள்ளையார் பாடல்களை இந்த நாட்டில் எவரும் படிக்கலாகாது என்பது கண்டிப்பான உத்தரவு. கம்பன், புகழேந்தி, தாயுமானவர் எழுதிய நூல்கள் பரிசோதிக்கப்பெற்று. புதிய பதிப்புகள் இயற்றப்பட்டுவருகின்றன. நாட்டுக்கு ஆபத்து வருமாயின் எல்லோரும் போருக்கு ஆயத்த மாயிருக்க வேண்டும். தாய்மார்களான எங்களுக்கு, எங்கள் குழந்தைகளான உலக மக்களைக் கொன்று ரத்தம் சிந்த வேண்டும் என்ற ஆசை கிடையாது. நாங்கள் காந்தியின் தத்துவத்தை வெகுதூரம் வரையில் ஒப்புக்கொள்கிறோம். ஆனால் எங்கள் சுதந்திரமும் மானமும் பறிமுதல் ஆகும் படியான நிலைமைக்கு வருமாயின் அதற்காக எவ்வளவு ரத்தம் சிந்த வேண்டுமாயினும் தயாராயி ருக்கிறோம். எங்களைச் சுற்றியிருக்கும் மக்களின் மனோபாவம் மாறுமாகில், போரும், ரத்தம் சிந்த வேண்டிய சந்தர்ப்பமும் ஏற்படமாட்டா. அத்தகைய மனப்பக்குவத்தை அவர்களிடம் ஆவலுடன் நங்கள் எதிர்நோக்கி நிற்கின்றோம்.

"அன்னியர்களுடன் நாங்கள் பகைமை நோக்கம் கொண்டு வாழவில்லை. வாழப்போவதுமில்லை. ஆனால் அவர்கள் எங்களிடம் பகைமை கொண்டு எங்களைத் தாக்குவார்களாகில், அதைக் கண்டு பயந்து புறமுதுகு காட்டி ஓடமாட்டோம். ஓடப் போவதுமில்லை. நாட்டின் நிலவரங்களை நேரே தெரிந்து கொள்ளவும், அயல் நாட்டுச் செய்திகளை அறிந்து கொள்ளும், பொருட்டும். நாரிபுரியிலிருந்து வாரப்பத்திரிகை யொன்றை அரசாங்கத்தார் வெளிப்படுத்துகின்றார்கள். வீதிக்கு ஒரு பத்திரிக்கை இனாமாக அனுப்பப் பெறும். இதற்கான செலவு பொதுப்பணத்திலிருந்து ஈடு செய்யப்படும். தேவையான நூல் களை நாங்களே அச்சிட்டுக் கொள்ளுகிறோம்."

“எங்கள் நாட்டில் இரண்டு நாடகசாலைகள் உண்டு. ஒன்று நாரிபுரியில்; மற்றொன்று மத்தியஸ்தமாக இருக்கும் ஒரு இடத்தில். விழாக்காலங்களில், மூன்று நாட்களுக்கும் சில சமயங்களில் ஒரு வாரத்துக்கும் நாடகங்கள் நடத்திக் காண்பிக்கப் படும். பெண் விடுதலையைப் பற்றிய நாடகங்கள் நடத்திக் காண்பிக்கப்பெறும். அயல் நாட்டில் பெண்கள் தவிக்கும் நிலையை நன்றாகக் காண்பிக்கும் நாடகம் ஒன்று மட்டும் சிறப்பாக ஆண்டுதோறும் காண்பிக்கப்பட்டு வருகின்றது. ஒவ்வொரு வீதியிலும் ஒரு குஸ்திக் கூடமிருக்கும். பயிர்த் தொழில் வேலையில்லாத நாட்களில், யாவரும் குஸ்தி செய்ய வேண்டும். ஆண் ஆணோடு; பெண் பெண்ணோடு. சில சமயங்களில் ஆணும்பெண்ணும் குஸ்தி போடுவதுண்டு.”

“இந்த நாட்டிலே நூறு போலீஸ் சேவகர்களும் நான்கு அதிகாரிகளுமிருக்கிறார்கள். நாட்டின் தலைமை நிர்வாகம் நடத்துவதற்கு ஒருவர் (பெண்). அவருக்கு உதவியாக ஆறு பேர்கள். இந்தக் கூட்டத்தில் ஆண்களும் உண்டு. இந்த ஏழு பேர்களும் பொது ஜனங்களால் தேர்ந்தெடுக்கப்படுவார்கள். ஏழு பேர்கள் தங்களுக்கு ஒருவரைத் தலைமையாகத் தேர்ந் தெடுத்துக் கொள்ளுவார்கள். இவர்களுடைய நிர்வாக, காலம் ஐந்து வருஷம். ஐந்து வருஷங்களுக்கு ஒரு முறை தேர்தல் நடைபெறும். அருபது வீடுகளுக்கு ஒரு பஞ்சாயத்து. பஞ்சாயத்து அங்கத்தினர்கள் மூன்று பேர். அவர்களும் அந்த இருபது வீட்டுக்காரர்களால் தேர்ந்தெடுக்கப்பட வேண்டியவர்கள். எல்லா சச்சரவுகளும் அநேகமாய் வீதிப் பஞ்சாயத்திலேயே தீர்ந்து விடும். பொதுப் பஞ்சாயத்துக்கள் (நாடக சாலைகளைப் போல) இரண்டு உண்டு. அவைகளுக்கு அப்பீல் செய்து கொள்ளலாம். அங்கும் தீராவிட்டால் நிர்வாகக் கூட்டத்தார் தீர்த்து வைப்பார்கள். இவர்களுடைய தீர்ப்புத்தான் உறுதி.

“கடைசி வரையிலும் வருகிற வழக்கை நாங்கள் பார்த்த தில்லை. ஏனெனில், கோணல் புத்தியுடன் ஒருவர் மற்றவருடன் சண்டை பிடிக்க வேண்டும் என்ற துர் ஆசை இந்த நாட்டில் அதிகமாகக் கிடையாது. எங்களுடையது புதிய ஆட்சி முறை யாதலின், நாங்கள் அவ்வப்போது நேரும் தவறுதல்களைக் கண்டுகொண்டு, எங்கள் வாழ்க்கையைத் திருத்தி அமைத்துக் கொண்டு வருகின்றோம். விஸ்தாரமாக இருக்கும் நாடுகளில் எங்கள் திட்டத்தை எளிதிலே அமுலுக்குக் கொண்டுவர முடியாது என்பது எங்களுக்குத் தெரியும். ஆகையால், எங்கள் வாழ்க்கையையும் திட்டத்தையும் உலகத்தாருக்கும் பிரசாரம்

செய்ய எங்களுக்கு ஆசை கிடையாது. எங்களைச் சுற்றியிருக்கும் உலகம் மாறுதலையடைந்து முன்னேறி வருமாகில், நாங்கள் எங்கள் திட்டத்தில் சில பகுதிகளை மாற்றிக் கொள்ள நேரும் என்பதை நாங்கள் அறிவோம். அத்தகைய மாறுதல் காலத்தை மிக்க ஆசையுடன் எதிர் பார்க்கின்றோம். நான் சொல்ல வேண்டியது முடிந்து போய்விட்டது. நீங்கள் இனிமேல் உறங்கலாம். உங்களிஷ்டம் போல, நாளை விடியற் காலமே முதல், இந்த நாட்டைச் சுற்றிப் பார்த்து, உங்கள் அனுபவத்தையும் யோசனையும் என்னிடம் சொல்லுவீர்களாகில், அதற்காக நான் உங்களுக்குப் பெரிதும் கடமைப் பட்டவளாவேன்."

அத்தியாயம் - 15

களிப்பு

கோதையார் தாம் சொல்ல வேண்டியதைச் சொல்லி முடித்துக் கொண்டார். எங்களுக்கு உறக்கம் வரவும் இல்லை. கோதையார் சொல்லியது. எங்களுக்கு மிகவும் இனிப்பாயிருந்தது. குழந்தை அரசு தனது அனுபவத்தை வளர்த்து வரும் வகையைக் கேட்ட எங்களுக்கு மிகவும் ஆனந்த முண்டாயிற்று. இந்த நாட்டை முழுவதும் சுற்றிப்பார்த்து, அதன் பலவித விமரிசைகளையும் அனுபவிக்க வேண்டும் என்ற ஆவல் எங்களைக் கவ்விக் கொண்டது. எங்கள் ஆவல் பூர்த்தியாகுமளவும், எங்களுக்கு மனத்திருப்தியும் உறக்கமும் உண்டாகுமா? எனவே, சிறிது நேரம் ஒன்றும் பேசாமல் மௌனமாயிருந்தோம். பின்னர் எங்களுக்குப் படுக்கை வசதிகள் அளிக்கப்பட்டன. தூக்கம் வராமல், நாங்கள் படுக்கைகளில் படுத்துக் கொண்டோம். எல்லாச் சங்கதிகளும் ஒரு சமயம் முடிவடைய வேண்டாமா? அதுபோல, எங்கள் விழிப்பும் முடிவடைந்து, நாங்கள் தூங்கிப் போனோம்.

விடியற்காலமே, நாங்கள் கண் விழித்துக் கொள்வதற்கு முன்னர், மாணிக்கக் கோதையாரும் அவரது தாயாரும் எழுந்திருந்து வீட்டு வேலைகளைச் செய்து கொண்டிருந்தார்கள். நாங்கள் எழுந்திருந்ததும், முகங்களைக் கழுவிக் கொண்டு, வீட்டைச் சுத்தமாகப் பெருக்கி மெழுகினோம். கோதையார் அதை ஆட்சேபிக்கவேயில்லை. பின்னர், தண்ணீர் கொண்டு வந்து கொட்டினோம் "ஊருக்கு வெளியே போய், நீராட்டத்திற்கு ஏற்பாடு செய்யப்பட்டிருக்கும் ஆழமான குளத்தில் ஸ்நானம் செய்யலாம்; அங்கே நன்றாக நீந்தலாம்" என்று கோதையார் சொன்னார்.

அவ்வாறே அங்கு சென்றோம். அந்தக் குளத்தில் சிறார்களும் மற்றவர்களும் அனாயாசமாய் மீன் குஞ்சுகளைப்போல நீந்திக் கொண்டிருப்பதைக் கண்டோம். இதைப் பார்த்தவுடனே, பூபதி கொம்மாளம் அடைந்தான். பொத்தென்று குளத்தில் குதித்தான். நானும் கூடக் குதித்தேன். ஒரு சமயத்தில் தோழன் ஒருவன் ஒரு காரியம் செய்ய, மற்றவன் சும்மாயிருத்தல் அழகாமா? இருவரும் நன்றாக நீந்தினோம். பூபதி, பலரும் வியக்குமாறு நீரிலே பல வேடிக்கைகள் செய்தான். ஆசை தீரும் வரையில் நாங்கள் நீந்தினோம். பிறகு கரை சேர்ந்து, கோதையார் வீட்டுக்கு வந்து சேர்ந்தோம். நல்ல, சுத்தமான பழைய சாதம் எங்களுக்காகக் காத்துக் கெண்டிருந்தது. நல்ல தயிரும் சேர்ந்து நேர்த்தியான ஊறுகாய் உள்பட, நாங்கள் எங்கள் உள்ளம் திருப்தியடையு மாறு சாப்பிட்டோம். பிறகு, கோதையாரின் அனுமதியைப் பெற்றுக் கொண்டு, நாரிபுரித் தெருக்களில் சுற்றப் புறப்பட்டோம்.

தெருக்களில் ஆடவர்களும் பெண்டிர்களும் சிறார்களும் குழந்தைகளும் திட சரீரத்துடனும் உற்சாகத்துடனும் தங்கள் தங்கள் அலுவல்களின் பேரில் செல்லுவதைப் பார்க்க, எங்கள் கண்கள் குளிர்ந்தன. வாழ்கையில் இவ்வளவு உற்சாகம் இருந்தா லொழிய, அந்த வாழ்க்கை எதற்குப் பயன்படும்?

தெருக்களைச் சுற்றிக் கொண்டே வந்தோம். அந்த நாட்டின் மக்களைக் காணக்காண எங்கள் உடலும் உள்ளமும் ஒருங்கே பூரித்தன. தேக சௌக்கியம் ஒன்றே மக்களுக்குப் போதுமான தாகும். அந்த ஒன்றைக் குறிக் கொண்டு, அவர்களுடைய வாழ்க்கைத் திட்டம் அமைக்கப்பட்டிருப்பதன் நற்பயனை, நாங்கள் பார்த்த பின்னரும், அந்தத் திட்டத்தின் பேரில் எங்களால் குறை கூற முடியுமா? தேக சௌக்கியமுள்ளவர்களின் பேச்சுக் தோரணையே வேறு. அற்பத்தில் அவர்கள் புத்தி எளிதிலே செல்லுவதில்லை. நல்ல ரத்தமுள்ளவர்கள் எளிதிலே குணமடைந்துவிடுகிறது! இதை நாம் பார்த்திருக்கிறோமல்லவா? உடம்பிலே நோயில்லாமல், உடம்பிலே தெம்பும், செய்வதற்கு வேலையும், உண்பதற்கு உணவும், சல்லாபத்துக்கு ஜனங்களும் இருந்து விட்டால், ஜன சமூகம் எவ்வளவு நேர்த்தியாக, கட்டுப்பாட்டுடன் முன்றேறிச் செல்லும்! கோடைக்கானலிலும் உதகமண்டலத்திலும் மலையிலே விளையாடும் வெள்ளைக்காரக் குழந்தைகளின் கன்னங்களில் ரோஜாச் சிவப்பு கொம்மாளம் போடுகிறதே! ஏன்? தேக சௌக்கியத்தினாலும் நிர்ப்பயமாய் வளர்வதினாலும் சாப்பிடப் போதிய நேர்த்தியான ஆகாரமிருப்பதனாலேயே, குழந்தைகள்

இவ்வாறு வளராவிட்டால், பின் ஆயுளில் அவைகள் தவித்துப் போக மாட்டாவா?

குழந்தைகள் காண்பிக்கும் உற்சாகத்திலே நாங்கள் ஈடு பட்டுப் போனோம். இவ்வாறு போய்க் கொண்டிருக்கையில், கோதை நாட்டு அரசியல் நிர்வாகி ஆபீஸ் வந்து அடைந்தோம். அங்கு ஒரு வழக்கு அப்பீலுக்கு வந்திருப்பதாகக் கேள்விப் பட்டோம். பார்ப்பதற்கு ஆசை. விசாரணையைப் பார்க்க விடமாட்டார்களோ என்று சந்தேகம். இந்தச் சமயத்தில் மாணிக்கக் கோதையார் அவ்விடம் வருவதைக் கண்டோம். எங்கள் நோக்கத்தை அறிந்தவராய் அவர் எங்களையும் ஆபீஸினுள்ளே அழைத்துச் சென்று, எங்களுக்கு இருப்பிடம் தந்தார். நிர்வாக சபையாரை வணங்கிய பின்னர், நாங்கள் எங்கள் ஆசனத்தில் அமர்ந்தோம்.

வழக்கு பின் வருமாறு :- இரண்டு மூன்று ஆண்டுகளுக்கு முன்னர், இருபது வயதுள்ள ஆண்பிள்ளை ஒருவன் அன்னிய நாட்டிலிருந்து கோதைத் தீவுக்கு வந்தான். அந்தக் காலத்திலும் சரி, இக்காலத்திலும் சரி, அவன் பெண் விடுதலையில் மிகுதியும் நாட்டங் கொண்டு திட நம்பிக்கையுடன் உழைத்து வருபவன். இந்த நாட்டுக்கு வந்து இரண்டு ஆண்டுகளுக்குப் பின்னர், அவனுக்குக் கலியாணமாயிற்று. அவன் குடும்பம் நடத்தி வந்தான். இவ்வாறு அவன் வாழ்வு நடத்தி வருகையில், ஒரு நாள் அவனிருக்கும் வீதியில், பத்து வயதுள்ள ஒரு பையனுக்கும் அதே வயதுள்ள பெண்ணுக்கும் ஏதோ சிறிய சங்கதியில் மனஸ்தாபம் ஏற்படவே, அவர்களிருவரும் சண்டை போட்டுக் கொண்டு, மண்ணில் புரண்டு கொண்டிருந்தார்கள். அதை அந்த மனிதன் பார்த்துக் கொண்டு இருந்தும். சண்டையை விலக்கி விடாதது மல்லாமல், “இந்த நாட்டிலேதான் பெண்ணுக்குச் சலுகை. பெண்கள், கட்டை துளிர்த்துப் போய், ஆண் சிங்கங்களோடு மல்யுத்தம் செய்யப் புறப்பட்டு விடுகின்றன. அடே பையா! அவளைத் தலைமயிரைப் பிடித்து, நன்றாக உதை கொடு” என்று சொன்னானாம்.

இந்தக் குற்றம் வீதிப் பஞ்சாயத்தினால் விசாரிக்கப் பட்ட பொழுது, அவன் சரியாகப் பதில் சொல்லாமல், திமிருடன் இருந்தானாம். அந்தக் குற்றமும் சேர்ந்து, நிர்வாகிகளின் சபைக்கு வந்துவிட்டது. அவன் தனது குற்றத்தை ஒப்புக் கொண்டான். அவன் ஒப்புக் கொண்டாலும், தயையுடன விட்டுவிடப் பட வில்லை. அவன் செய்த குற்றம் கோதைத் தீவின் அரசியல்

வாழ்க்கைத் தத்துவத்தின் ஆணிவேரைக் கோடாலி கொண்டு வெட்டத் துணிவதான ஒன்று என்று நிர்வாகிகள் அபிப்பிராயப் பட்டு, அவனுடைய ஒரு காதை அறுத்து, 'அவன் ஒரு வருஷம் சமையல் வேலையை, நடுவிலே கத்திரிப்பில்லாமல், அவன் வீட்டிலேயே செய்து வர வேண்டும் எனத் தீர்ப்புச் சொன்னார்கள்'.

விரைவில் அவன் சிட்சை பூர்த்தி செய்யப்பட்டது. பெண் களைச் சிறிது கௌரவக் குறைவாகப் பேசினாலும் அந்த நாட்டார் அனைவரும் அதைப் பெரிதாகக் கொண்டு விடுகிறார்கள். அவர்களுடைய வாழ்க்கைத் தத்துவமே பெண் சுதந்தரத்தைச் சுற்றி நின்று கொண்டிருக்கும் பொழுது, அவர்கள் மேற்கூறிய குற்றத்தைப் பெரிதாகக் கொள்ளாமலிருக்க முடியுமா? மேலே கூறப் பட்ட சம்பவத்தை, கோதை நாட்டுச் சொற்களிலேயே நான் சொல்லியிருப்பேன். ராமா! அது உனக்கு எளிதிலே விளங்காது என்று எண்ணி, சாதாரண நடையில் சொன்னேன். பின்னர் நாரிபுரி முழுவதையும் சுற்றிப் பார்த்தோம். எங்கள் மனதுக்கு வெறுப்பாயிருக்கக் கூடியது ஒன்றையும் நாங்கள் காணவில்லை. பள்ளிக் கூடங்களுக்குச் சென்றோம்; மற்றும் சிறிய தொழிற்சாலை களுக்கும் போனோம். எங்கும் உற்சாகம் நிலவிற்று. எங்கும் சுறுசுறுப்புடன் வேலை நடைபெற்று வந்தது. இவ்வளவு நேர்த்தியாக வேறு எங்கும் காரியங்கள் ஒழுங்காக நடை பெற்று வருவதை நாங்கள் பார்த்ததில்லை. ஒரு ஸ்தாபனத்தின் சிப்பந்திகள் நிர்வாகிகளின் பேரில் பொறாமை கொள்ளுவதும், நிர்வாகிகள் ஏனையோரின் பேரில் வெறுப்படைவதும் சாதாரண நிகழ்ச்சியாகும். அத்தகைய நரநரப்பை நாங்கள் துளிகூட இந்த நாட்டில் பார்க்கவேயில்லை.

நாங்கள் தொழுவிலிருந்து அவிழ்த்து விடப்பட்ட காளை களைப் போல, கண்டவிட மெல்லாம் திரிந்தோம். எங்கே போனால் என்ன? நாங்கள் நாரிபுரிக்குப் புதிது என்று எங்களைப் பார்த்தவர்களுக்கு எல்லாம் நன்றாகத் தெரியும். ஆனால் அவர்கள் எங்களை வெறித்துப் பார்க்கவேயில்லை. எவ்வித பரபரப்பையும் அவர்கள் தங்கள் முகங்களில் காண்பிக்கவே இல்லை. நம்முடைய கிராமங்களில் ஒரு புதிய ஆள் வந்தால், அவனைச் சுற்றிக் கூடிக் கொள்ளுகிறார்களே! அதுவும் வெள்ளைக் காரனாக இருந்தால், சொல்லி வைத்தது போல, திருவிழாக் கூட்டத்தைப் போல கூடிவிடுமே! இத்தகைய அநாகரிகத்தை நாங்கள் நாரிபுரியில் காணாததால், கோதைத் தீவின் கல்வி முறை, மிகுதியும் கண்ணியமானதாகவும் நாகரீகமுள்ளதாகவும் இருக்க வேண்டும் என்று முடிவுக்கு வந்தோம்.

சோர்ந்த முகம், குழிந்த கண்கள், குச்சிபோன்ற கைகள், சோடு தட்டும் கால்கள், அசடு வழியும் பேச்சு, ஆசையும் அற்பத்தனமும் நிறைந்திருக்கும் பார்வை, உடலைப் பதறச் செய்யும் பயம் இவைகளை நாங்கள் நாரிபுரியில் காணாதது, எங்கள் உள்ளத்தில் குதூகலத்தை உண்டாக்கிற்று. 'இந்த நாட்டில் திமிர் பிடித்த அன்னியர்களும் எமனும் ஆட்சி செய்ய முடியாது போலிருக்கிறதே' என்று பூபதி மிக்க களிப்போடு சொன்னான். அப்படித்தான் எனக்கும் தோன்றுகிறது என்றேன்.

வாழ்க்கையில் ருசியும், செய்யும் காரியங்களில் சிரத்தையும், முன் யோசனையோடு திட்டம் போட்டு, ஒவ்வொன்றையும் கிரமமான முறையில் ஆக்கும் தன்மையும், சுதந்தர தாகமும், சந்தேகம் துளியும் உட்புகாத அறிவும் அல்லவா, இவர்களை இப்படி அழகாக மாற்றியிருக்கின்றன என்று தனது வாய்க் குள்ளாகவே சொல்லிக் கொள்ளுவதைப் போல, பூபதி சொன்னான். ஆனால், அவன் சொன்னது பக்கத்து வீதிக்குக் கூட தாராளமாகக் கேட்கும். நாங்கள் பார்த்த காட்சிகளெல்லாம், களி வெறியைப் போன்ற மயக்கத்தை அவனுக்கு உண்டாக்கி யிருக்க வேண்டும். இல்லா விட்டால், அவன் வாய்க்குள்ளே சொல்லி கொண்டது மாதிரி இருந்தது, பக்கத்து வீதிக்குக் கேட்கும்படியான அவ்வளவு சத்தத்தில் வந்திருக்குமா?

உண்மையிலேயே, நாரிபுரியைத் துளைத்துத் துளைத்துப் பார்த்து வந்த நாங்கள் உன்மத்தர்களாக (பைத்தியம் பிடித்த வர்களாக) ஆகிவிட்டோம் என்று கூடச் சொல்லலாம். வாழ்ந்தாலும் இப்படி ஒழுங்காகவும் இவ்வளவு சந்தோஷத் தோடும் இப்பேர்ப்பட்ட ஒற்றுமையோடும் வாழவேண்டும் இல்லாவிட்டால் வாழ்வைக் கேலி செய்வது மாதிரி எதற்காக வாழ வேண்டும்? ஆறிலும் சாவு, நூறிலும் சாவு என்று படாடோபமாகப் பேசிவிட்டு, ஆறிலே சாக அஞ்சும் மனிதப் பதர்களைப் போல வாழ்வது மனிதன் என்ற சொல்லுக்கு எவ்வளவு அவமானத்தைக் கொண்டு வந்து வைக்கிறது. இந்த அவமானம் கண்ணில் படாமல் வாழும் மனிதக் கூட்டத்தை என்னென்று சொல்வது' என்று பூபதி, நொந்து கொண்டே சொன்னான்.

அவனுக்கு நமது நாட்டின் அடிமை நிலைமை நினைவு வந்துவிட்டது. என்று தெரிந்து கொண்டேன். 'என்ன செய்வது' என்று எனக்கும் தெரியவில்லை. ஆண்டவனிடத்தில் எல்லா பொறுப்புகளையும் ஒப்படைத்து விட்டு அவர்கள் உறங்குகிறார்கள்.

அவர்களுடைய ஆண்டவனே, பாற் கடலில் பள்ளிக் கொண்டு, ஆனந்தமான நித்திரை புரிகின்றார். ஆண்டவனும் மனிதனும் ஏக காலத்தில் தூக்கத்தில் ஆழ்ந்து விட்டால், அசுரர்களின் பாடு கொண்டாட்டம் தான்' என்று நான் சொன்னேன்.

'இந்த நாட்டில், நாங்கள் அப்படி உறங்குவதில்லை' என்று மாணிக்கக் கோதையார் சொன்னது, எங்கள் காதில் விழுந்தது. நானும் பூபதியும் அசட்டுச் சிரிப்புச் சிரித்தோம். 'நாரிபுரியைச் சுற்றிப் பார்த்தீர்களா?' என்று கோதையார் கேட்டார் இன்னும் பூர்த்தியாகவில்லை என்றோம். நாங்கள் மூவரும் கோதையார் வீட்டுக்குப் போனோம்.

அத்தியாயம் - 16

ஆண்டாள் பெருநாள்

இரவில், நாங்கள் எதையெல்லாமோ பற்றி வம்பளந்து கொண்டிருந்தோம். கோதைத் தீவில் வம்பு அளப்புக்கூட இருக்க முடியுமா என்று சந்தேகப்பட வேண்டாம். மனிதர்கள் என்ற ஜீவராசிகள் எங்கே இருந்தாலும் சரி, அங்கே வம்பளப்பு இருக்கத் தான் செய்யும். எப்பொழுதும் இடைவிடாமல், மூதுரைகளையும் ஆராய்ச்சிப் பேச்சுகளையும் மட்டும் பேசிக் கொண்டிருக்க முடியாது. நரம்புகள் முறுக்கேறிப் போய் உயிருள்ள உடம்பையும் சவத்தைப் போலச் செய்து விடும்.

மேலும் மாணிக்கக் கோதையாரிடம் எனக்கு, பிரியத்துக்கு மீறிய உணர்ச்சி துவக்கத்திலேயே உண்டாயிற்று என்று சொன்னேன்! காதலர்கள் இருவர் சேர்ந்தால், நாகரிகத்தின் ரஸத்திரட்டைப் போன்ற கனிமொழிகளைத் தான் தங்கள் சம்பாஷணையில் உபயோகிப்பார்கள் என்பது இல்லை. காதலி, தனக்குக் குதூகலம் உண்டாக்கக் கூடிய ஒன்றைச் சொல்லி விட்டால், காதலன் அவளைக் கன்னத்தில் இடித்து, 'சீ, நாயே' என்று அத்து மீறி உளறுவான். இதைப் போலவே காதலியும், காதலனைப் பார்த்து, 'பைத்தியமே' என்று பரிகசிப்பாள். இந்தச் சந்தர்ப்பங்களில், நாம் பைத்தியம் என்ற சொற்களை, நாகரிகத் தராசில் வைத்து எடை போட முடியாது. இவைகள், காதலர் களில் உள்ளப் பூரிப்பையும் குதூகலத்தையும்வெளிக் காண்பிக்கும் சொற்களானபடியால், அவைகள் விலையில்லாத மாணிக்கங்கள்.

இவ்வாறு நான் சொல்லிவருவதால், ராமா! தவறாக எதையும் எண்ணிக் கொள்ளாதே. எனக்கும் கோதையாருக்கும் இடையே இருக்கும் காதல், மேலே சொன்ன நிலைமைக்கு வந்து விட்டதாக எண்ணிக் கொள்ளாதே. கோதையாரிடம் எனக்கு அலாதியான உணர்ச்சி என்றேன். அவருக்கும் என்னிடம் இதே மாதிரியான உணர்ச்சி, இதே அளவில் இருக்கிறதா என்பதைத் திட்டமாகச் சொல்ல முடியாது. இந்த நாட்டில், பெண்கள் கூச்சப்பட்டு கொண்டு, ஆண்பிள்ளைகளோடு பழகாமலிருப்ப தில்லை. சில சமயங்களில், அவர்கள் ஆண்பிள்ளைகளின் கைகளைத் தொட்டு கொண்டு கூடப் பேசுகிறார்கள். இந்த நெருக்கம் சகஜமான நெருக்கமாக இந்த நாட்டில் இருக்கும் பொழுது, அதைக் காதலின் சின்னம் என்றும் ஆசையின் அறிகுறி என்றும் கொள்ளுவது தவறாகும்.

இருந்தாலும் எந்த நிலையிலும், பழகின கண்ணுக்கு, உண்மை கண்டிப்பாகத் தெரிந்து போகும். எவ்வளவு படாடோபத் தோடு பேசினாலும் பக்காத் திருடனை, பழகின போலீஸ்காரன் தெரிந்து கொள்ளுவான். வைரமோதிரம், விசிறி மடிப்பு, சரிகை வேஷ்டி மோட்டார்க்கார் சகிதமாக (பக்கத்திலே லோட்டாக்கள் புடை சூழ) இன்ஸால்வெண்ட் மைனர் வந்து இறங்கினாலும், பருந்துப் பார்வை கொண்ட, பழகின லேவா தேவிக்காரனுக்கு, வெளிச்சம் போட்டது போல, சட்டென்று உண்மை துலங்கி விடும். பெண்களுக்கே இந்த நாட்டில் கூச்சமில்லாத பொழுது, எனக்கு ஏன் கூச்சம் இருக்க வேண்டும்? நான் கண்டதை ஏன் சொல்லக் கூடாது?

கடைக்கண் பார்வைதான் மனசின் முழு நோக்கமாகும். ஒரு பெண்ணோ, பணக்காரனோ, கடைக் கண்ணால் பார்ப்பது தான் மற்றவருக்குப் பாக்கியம். வெறிபிடித்தால்தான், மனிதர்கள் முழுக்கண்ணோடு பார்ப்பார்கள். அப்படிப் பார்ப்பது கோபத்துக்கும் அலுப்புக்கும் அடையாளமாகும். கோதையார் என்னைத் கடைக் கண்ணால பார்த்து தனது முகத்தை வைத்துக் கொள்ளும் தன்மையிலிருந்து, அவர் என் விஷயத்தில், தேவைக்கு மேலான கவனம் செலுத்துகிறார் என்று தெரிந்து கொண்டேன் பார்வைக்கு முழுமுட்டாளைப்போலத் தோன்றும் பூபதியும் இதை எப்படியோ தெரிந்து கொண்டு விட்டான். அப்பொழுது தான், எனக்கு, ஒரு உண்மை புலனாயிற்று. காதல் என்பது ரகசியமாக இருக்க முடியாது என்றும், அது சமய சந்தர்ப்பத்தை உணராமல், பொத்துக் கொண்டு வெளியே வரும் என்றும் நான்

தெளிவாகத் தெரிந்து கொண்டேன். புதையலைக் கண்டெடுத்தது போல, காதலர்கள் ஒருவரை யொருவர் அடிக்கடி, திடுதிப் பென்று பார்ப்பது கண்கொள்ளா வசீகரக் காட்சியாகும்.

கதையை வளர்ப்பது எதற்காக? எனக்கும் மாணிக்கக் கோதையாருக்கும் இடையே, அழகான நெருக்கம் உண்டாகி விட்டது. ஆகவே, நாங்கள் வம்பளக்காமல் இருக்க முடியுமா? பூபதி பிரசன்னமாயிருந்தால் என்ன, கோதையாரின் தாயார் பக்கத்திலே இருந்தால் என்ன?

காதல் நர்த்தனம் செய்தால் என்ன, கவிதை உணர்ச்சி வழிந்தோடினால் என்ன, குதூகலம் காட்டாற்று வெள்ளத்தைப் போலக் கரை புரண்டு ஓடினால் என்ன? தூக்கம் மட்டும் எப்படியோ சந்தடி தெரியாமல் வந்து விடுகிறது. நாங்கள் தூங்கிப் போய் விட்டோம்.

காலையில் நாங்கள் கண் விழித்துக் கொள்ளும் சமயத்தில், திடீர் தீடீரென்று பீரங்கி வெடிச் சத்தம் கேட்டது. பட்டாளம் ராணுவப் பயிற்சி செய்கிறதா? அப்படியானால் அதைப் போய்ப் பார்க்க வேண்டும் என்று பூபதி சொன்னான். 'இது இராணுவப் பயிற்சி வெடி அல்ல; இன்றைக்கு ஆண்டாள் பெரு நாள். கோதைத் தீவு என்ற கருத்துக்கும் கற்பனைக்கும் ஆண்டாளின் மூர்த்தியே முக்கிய காரணமாகும். பெண் விடுதலைக்கு, மூல ஆவேசமாக விளங்கும் ஆண்டாளின் பெரு நாளை, கோதைத் தீவில், நாங்கள் கொண்டாடி வருகிறோம். இன்று மாலை, நகர மண்டபத்தில் கூட்டம் நடைபெறும். அப்பொழுது பூங்காவன மல்லிகை, ஆண்டாளின் பெருமையை எடுத்துப் பேசுவார். நிர்வாகிகளில் ஒருவரான ஷண்பக ஔவையார் தலைமை வகிப்பார்கள். நீங்களும் அந்தக் கூட்டத்துக்கு வரலாம்' என்று மாணிக்கக் கோதையார் சொன்னார்.

பூங்காவன மல்லிகை பேசப் போகிறார் என்று மாணிக்கக் கோதையார் சொன்னதும் நான் பூபதியின் முகத்தைப் பார்த்தேன் சந்தோஷச் செய்தியைக் கேட்டவனுடைய முகம் பொலிவும் மலர்ச்சியும் அடைவது இயற்கை. அத்தகைய பொலிவையும் மலர்ச்சியையும் அவனது முகத்தில் அப்பொழுது நான் கண்டதாக எனக்குத் தோன்றிற்று. இதைத் தவிர, வேறு எவ்வித குதூகலச் சின்னத்தையும் அவன் வெளிக் காண்பிக்கவில்லை. பகல் பொழுதை எப்படியோ கழித்தோம். மாலை எப்பொழுது வரப் போகிறது என்று ஆவலுடன் எதிர் பார்த்துக் கொண்டிருந்தோம்.

மாலையும் வந்தது. நாங்களும் நகர மண்டபத்துக்குப் போனோம். கூட்டம் ரொம்ப ஜாஸ்தி. எள் போட்டால், எள் கீழே விழாது. ஆனால் கூட்டத்தில் அமைதி குடி கொண்டிருந்தது. கூட்டத்திலிருந்த எல்லாரும் தங்கள் மூச்சை அடக்கிக் கொண்டு யோகாப் பியாசம் செய்வது மாதிரி தோன்றிற்று. நாரிபுரத்தில், விந்தைகளுக்குக் குறைவில்லை. எதைப் பார்த்தாலும் ஆச்சிரிய மாகத்தான் இருக்கிறது. ஆச்சரியம், ஆச்சரியம் என்று அடிக் கொருதரம் சொல்லுவதில் என்ன லாபம்?

உயர்ந்த பீடத்தில் ஷண்பக ஔவையார் வீற்றிருந்தார். அவருக்கு வயது இவ்வளவு ஆயிற்று என்று சொல்ல முடிய வில்லை. மூப்புத் தட்டாத அவருடைய முகத்திலிருந்து எவ்வளவு வயதைக் கவனிப்பது? தலைக் கூந்தலும் கன்னங்கரேல் என்று இருந்ததது, ஷண்பக ஔைவையாருக்கு எண்பது வயதுக்கு மேல் ஆகிவிட்டது என்று பிறகு கேள்விப்பட்டேன்.

குறித்த நேரத்தில் ஔவையார் எழுந்திருந்து, "பெண்களுக்குக் குலவிளக்காகத் திகழும் ஆண்டாள் திரு அவதாரம் செய்த நாள், இந்த நாள். இந்தப் பெரு நாளை, நாம் இன்று கொண்டாடுகிறோம். இப்பொழுது, பூங்காவனமல்லிகை, ஆண்டாளின் வாழ்க்கையைப் பற்றிப் பேசுவார்" என்று கணீர் என்ற குரலில் சொன்னார். குரல் கணீர் என்று இருப்பதற்குக் கேட்பானேன்? பல் போனால் தானே சொல் போகும்? குரலும் அவலஷணமாகும்? ஔவையாரின் பல் வரிசைகளில் 'பாலிஷ்' இன்னும் கெட்டுப் போகவில்லையே!

பூங்காவன மல்லிகை எழுந்திருந்தார். கூட்டத்துக்கு வணக்கம் செய்தார். அவர் பேசினதாவது:- "நிர்வாகிப் பெரியோர்களே! சகோதரிகளே! சகோதரர்களே! இன்றைய தினம், ஆண்டாள், பெண் விடுதலையின் பொருட்டே மண்ணில் தோன்றிய திருநாள். இதுவே, கோதைத் தீவாருக்கு, பெரு நாள் ஆகும்."

ஆண்டாள் அவர்களைப் பற்றிக் கர்ண பரம்பரையாக வுள்ள கதையை முதலில் சொல்லுகிறேன். அந்தக் கதையை நாம் அப்படியே ஏற்க முடியாததற்கு காரணத்தைக் குறிப்பிட்டு விட்டு, ஆண்டாளின் உண்மையான வாழ்க்கை வரலாறு இதுவாக இருக்கலாம் என்ற என் கருத்தையும் சொல்லுகிறேன்.

"ஸ்ரீ வில்லிபுத்தூர் பெருமாளுக்கு, விஷ்ணு சித்தன் நாள் தோறும், மாலை காட்டிக் கொண்டு போய்க் கொடுப்பார். மாலைகளுக்கு மலர்கள் வேண்டாமா? அதற்கென்று, நந்தவன மொன்றை அமைத்தார்."

"அந்த நந்தவனத்தில் ஒரு நாள் மலர் எடுத்துக் கொண்டிருக்கிற சமயத்தில் விஷ்ணு சித்தன், அடர்ந்து படர்ந்து கிடந்த துளசிச் செடியொன்றின் கீழ், பெண் குழந்தை ஒன்று இருப்பதைக் கண்டார். பெருமாளின் கட்டளைப்படி, அந்தக் குழந்தையை வீட்டுக்குக் கொண்டு போய் வளர்த்து வந்தார். குழந்தைக்குக் கோதை என்று பெயர் வைத்தார். கோதை அமானுஷ்யமான பெண்ணாக வளர்ந்தாள்."

"மாலைக் கைங்கர்யம் செய்து கொண்டிருந்த விஷ்ணு சித்தன், ஒரு நாள், மாலையொன்றில், கூந்தல் இழை இருப்பதைக் கண்டு, பதைத்துப் போனார். இதைப்பற்றி உனக்கு ஏதாவது தெரியுமா" என்று அவர் கோதையைக் கேட்டார். "பெருமாளின் மாலையைத் தினந்தோறும் நான் அணிந்து கொண்டு, அழகு பார்த்துக் கொள்ளுவது வழக்கம். அதனால், இந்தக் கூந்தலிழை மாலையில் தங்கிப் போயிருக்கலாம்" என்று கோதை சொன்னார்.

'பாபி' என்றார் ஆழ்வார். 'மகா பாதகமான காரியம் செய்து விட்டாயே' என்று ஏசினார்.' 'பெருமாள் எனக்குக் காதலன். அவனுடைய மாலையை நான் அணிந்து கொண்டு, அழகு பார்த்து, அவன் அழகுக்கு என் அழகு நேராயிருக்குமா என்று தெரிந்து கொள்ள எனக்குப் பாத்தியமுண்டு' என்று கோதை துடுக்காக, பதில் சொன்னார்.

பெரியாழ்வார் பதை பதைத்துப் போனார். கோதை செய்தது தமக்கு உவப்பு என்று பெருமாள், ஆழ்வாருக்குத் தெரிவித்தாராம். கோதைக்கு, ஆண்டாள் என்றும், சூடிக் கொடுத்த நாச்சியார் என்றும் பெருமாள் பெயரும் பட்டமும் அளித்தாராம்.

'நாளுக்கு நாள் கோதை உடல் மெலிவுற்றாள். ஸ்ரீரங்கத்தில், ரங்கநாதனுடைய சன்னதிக்கு, பல்லக்கில் அழைத்துக் செல்லப்பட்ட கோதை, சன்னதியிலேயே இரண்டறக் கலந்து விட்டாராம்.'

'இவ்வாறு பரம்பரைக் கதையைச் சொல்லுகிறார்கள். கதையை, இந்த மாதிரியான முறையில் நம்புவதாயிருந்தால், அநேக இம்சைகள் இருக்கின்றன.'

'ஒன்று; பெருமாள், பெரியாழ்வாருக்குக் கட்டளை யிட்டிருக்கா விட்டால், பெரியாழ்வார், தான் கண்டெடுத்த, பிறந்தவகை இன்னதென்று தெரியாத குழந்தையை, வளர்க்கத் துணிந்திருக்க மாட்டார். எனவே, குழந்தை வளர்வதற்காக,

பெருமாள் பேசினார் என்ற அற்புதத்தைக் கொண்டுவர வேண்டியிருக்கிறது.'

'இரண்டு: பிறந்தவகை இன்னதென்று தெரியாது என்று சொன்னால், கள்ளக் காதலால், ஜன சமூகக் கட்டுப்பாட்டுக்குப் பொருத்தமில்லாத சம்பவத்தின் மூலமாக, குழந்தை பிறந்திருக்கிறது என்று தான் முடிவு கட்ட வேண்டி வரும். இந்த அபவாத அச்சான்யத்தை நீக்குவதற்காக, கோதை, அயோனிஜத முகமாய்ப் பிறந்தாள் என்று சொல்லவேண்டியிருக்கிறது. அதாவது, தாயின் வயிற்றில், கர்ப்ப மூலமாகக் கோதை பிறக்கவில்லை என்ற அற்புதத்தைத் துணைக்கொள்ள வேண்டியிருக்கிறது.

'கர்ப்ப மூலமாகக் குழந்தை பிறக்கவில்லை என்று சொல்லுவது முழு முட்டாள் தனமாகும். குழந்தை பிறப்பதற்கு, கர்ப்பம் தான் ஆதாரம் என்பது இயற்கையின் கண்டிப்பான சட்டம். இந்தச் சட்டத்தை யாரும் ஏய்க்க முடியாது. இரண்டாவது அற்புதமும் தவறு.

'மூன்று: கோதை, கலியாணமாகாமல், கன்னியாக இறந்தாள். இதற்குக் காரணம், என்ன என்று சொல்லுகிறது கர்ண பரம்பரைக் கதை? கடவுளிடம் கோதைக்கு ஏற்பட்ட பக்தியின் காரணமாக, அவள் மனிதர்களில் யாரையும் கலியாணம் செய்து கொள்ள வில்லை என்று பரம்பரை சொல்லுகிறது. இதுவும் தவறு. ஸ்ரீவில்லிபுத்தூர் கோதை பாடிய பாட்டை பாடுபவர்கள். குழந்தைக் குட்டிகளோடு வாழ்வார்கள் எனறு கோதை அடிக்கொரு தரம் மக்களை வாழ்த்தியிருக்கிறார். பிறரை வாழ்த்தியிருக்கும் கோதை தனக்குக் குழந்தையும் கலியாணமும் வேண்டாம் என்று தீர்மானம் கொண்டதற்கு வேறு காரணம் வேண்டும். ஆகவே, கோதையைப் பற்றிய, மாமூல் கதையை நம்பினால், பல இடைஞ்சல்கள் ஏற்படுகின்றன. கோதையின் வாழ்க்கை வரலாற்றை, வேறு விதமாக, நான் சொல்லத் துணிகிறேன்' என்று பூங்காவன மல்லிகை சொன்னதாவது :-

கோதை பிறந்த ஊர் ஸ்ரீவில்லிபுத்தூர்; பிறந்த காலம் சுமார் 1500 வருஷங்களுக்கு முன். நாம் கோதை பிறந்த காலத்தை நன்றாக கவனத்தில் வைத்துக் கொள்ள வேண்டும், காலம், ஆண் பிள்ளைகள் தங்கள் இஷ்டப்படி தரும சாஸ்திரத்தை வகுத்து, எதேச்சதிகாரம் செலுத்தின காலம். இட மகாத்மீயமும் அப்படியே. ஆண்பிள்ளை சிங்கம் என்று மீசையை முறுக்கும் மறவர்கள் வாழ்ந்து வந்த பாண்டிய நாட்டிலே, ஸ்ரீ வில்லிபுத்தூர் இருக்கிறது.

இடமும் காலமும் ஆண்பிள்ளைகள் எதேச்சாதிகாரம் செய்ய மிகவும் தோதானவை. அந்தக் காலத்தில் ஜாதிக் கொடுமை தாண்டவ மாடிற்று. அந்தக் காலத்தில், கலியாணம் உண்டு, ஆனால் காதல் தெரியாது. வகுப்புப் பிரிவினைக்கும் காதலுக்கும் வெகு தூரம்.

சட்ட திட்டங்களாலும் ஜனசமூகக் கட்டுப்பாட்டினாலும் கலியாணம் என்பது வெறும் சடங்காக மாறி விட்டது. வாழ்க்கையை இன்ப மயமாக்க ஏற்பட்ட கலியாணம் என்ற சாதனம், குடும்பத்தில் சாசுவத துயரத்துக்கு விதையாக ஏற்பட்டுவிட்டது.

ஜாதிப் பிரிவினை, கலியாணத்தை, ஆண் பெண் சேர்க்கைக் காக ஏற்பட்ட தந்திரமாகச் செய்துவிட்டது. கலியாணத்தின் உயிரையும் சத்தையும் அது அடியோடு வாங்கி விட்டது. இளம் கைம்பெண்கூட கலியாணம் செய்து கொள்ளக்கூடாது; ஜாதி விட்டு வேறு ஜாதியில் மண முடித்துக் கொள்ள முடியாது.

ஆனால், இயற்கையோ, ஜாதிப் பிரிவினைகளையும் சமூகக் கட்டுப்பாடுகளையும் சுயநலங்கொண்ட சட்ட திட்டங்களையும் ஏய்த்து, அவைகளை மாய்க்கும் வல்லமை கொண்டதாகும். கணவனை அறியாத கைம்பெண்ணுக்குக் காதல் என்பது இருக்கப் படாதா? (கேளுங்கள், கேளுங்கள்) ஜாதி விட்டு ஜாதியில் கள்ளக்காதல் ஏற்படக்கூடாதா? (கூடும்; கூடும்).

இயற்கை, இந்த வகையில் தந்திரம் செய்திருக்கக் கூடும். அந்தத் தந்திரத்தின் பயனாக, ஏன் கோதை தோன்றியிருக்கக் கூடாது? (கூட்டத்தில் பெருமூச்சு) நான் யூகம் செய்வது தவறாக இருக்கமுடியாது. ஏன் என்கிறீர்களோ? சட்டத்துக்கும் கட்டுப் பாட்டுக்கும் இழுக்கு வராதமுறையில், கோதை தோன்றி யிருந்தால், அந்தக் குழந்தையை, யாருக்கும் தெரியாமல், நந்தவனத்தில், தனியாகப் போட்டுவிட்டுப் போக வேண்டும் என்ற நிர்ப்பந்தம் யாருக்கும் ஏற்படாது. (ஆமாம்; ஆமாம்).

சட்டத்தின் மூலமாக ஏற்பட்ட பொய்யான மானத்தைக் காத்துக் கொள்ளவே, கள்ளக் காதலர்கள் இந்தத் திருட்டு வேலை செய்திருக்கலாம். (கூட்டத்தில் மீண்டும் பெருமூச்சு) நான் இதுவரையிலும் சொன்னதை நீங்கள் ஏற்றுக்கொண்டால், அடுத்தபடியாக ஒரு கேள்வி பிறக்கிறது. பெரியாழ்வாரின் நந்தவனத்தில் இந்தத் தங்கக் குழந்தையை ஏன் போட்டு வைக்க வேண்டும்?

பெற்ற தாய்க்குத்தான் இந்தக் குழந்தையை வளர்க்க முடியாது என்பது தெரியும். அது எவ்வித விபரீதத்தாலும் சாகக் கூடாது என்பது அவளுடைய பிடிவாதமான ஆசை. ஆகவே, குழந்தையை, ஊராரின் அவதூறையும் அவமதிப்பையும் லட்சியம் செய்யாமல் வளர்க்கக் கூடியவர் யார் என்று அவள் யோசித்து, அவ்வாறு செய்யக் கூடியவர் பெரியாழ்வார் ஒருவர்தான் என்ற முடிவுக்கு வந்திருக்க வேண்டும். (பூபதி, ‘சபாஷ்’ என்றான்.) ஆகவே, அவருடைய நந்தவனத்தில் கொண்டு போய், குழந்தையைப் போட்டிருக்க வேண்டும். (இருக்கலாம் இருக்கலாம்).

பெரியாழ்வார் கோதையை வளர்த்து வந்தார். ஊராரோ, கோதையை எல்லா வகைகளிலும் இம்சை செய்திருக்க வேண்டும். ஆனால், கோதையோ மனிதப் பதர்களாக இருக்கும் ஆண் பிள்ளைகளை அடிபணிவர் அல்ல. ஆண்களின் சிறுமைக் குணம், நாளுக்கு நாள், அவர் கண்ணில் கொடுமையாகப் பட்டது. எனவே, இந்த மனித அசடுகளுள் எவரையும் மணக்க அவருக்கு விருப்பமில்லை.

கோதையோ, உடல் தேய்ந்துபோன உயிரற்ற சோகை அல்ல. அவர் ஆரோக்கிய, திட சரீரத்தைப் பெற்றவர்; அவர் கற்பனைக் களஞ்சியம்; அவர் கவிதைக்குத் தங்குமிடம். எனவே, கடவுளைத் தனது காதலனாகக் கருதினார்.

தனக்கு ஈடாக இருக்கக் கூடிய காதலன், கடவுள் ஒருவராகத் தான் இருக்க முடியும் என்று கோதை எண்ணியது, ஒரே அடியில் இரண்டு கருவிகளை அடித்தது போல ஆகிவிட்டது. ஆண் உருவம் தாங்கிய, ஆனால் ஆண்மை சிறிதும் இராத மனிதப் பதர்களிடம் தனக்கு இருந்த அலக்ஷியத்தை அவர் தெளிவாகக் காண்பித்து விட்டார். கடவுள் என்றால், பயங்கரமான ஒன்று அல்ல என்பதையும் அவர் சுட்டிக் காட்டிவிட்டார்.

கடவுளை, ஆண் பிள்ளை கும்பிடுவான்; ஆனால் கடவுளோடு தோழமை கொண்டாட, ஆண்பிள்ளை பயப்படுவான். ஏன்? ஆண்பிள்ளை, சந்தர்ப்பத்தால் வீரனேயொழிய, அவன் பிறவிக் கோழை; அவன் பிறவிச் சுயநலக்காரன். கடவுளிடமிருந்து நன்மைகளை, தான் நலத்துக்காக அவன் வேண்டுவதால், அவன் கடவுளைக் கும்பிட்டு ஏய்க்கப் பார்க்கிறான். (பூபதி - சாபஷ்!)

ஆனால், பெண்ணோ சுயநலமற்றவள். எனவே, அவளுக்கு யாரிடத்திலும் எதைப்பற்றியும் அச்சம் கிடையாது. அதனாலே தான் கடவுளைத் தனது தோழனாகவும் காதலானகவும் எண்ணத் துணிந்தாள். (கூட்டத்தில்... பலே)

கோதை திடசித்த முள்ளவராகவும் திடகாத்திரமுள்ள வராகவும் இருந்திருப்பின், அவர் ஏன் இளம் பிராயத்திலேயே, அகால மரணம் அடைந்திருக்க வேண்டும் என்ற கேள்வி ஏழலாம். கவிதை உணர்ச்சியையும் சுதந்திர தாகத்தையும் அளவு கடந்து தாங்குபவர்கள் பெரும்பாலும் அகால மரணம் அடைகின்றார்கள். இது இயற்கையின் கொடுமை. இதற்கு நாம் என்ன செய்ய முடியும்? (ஆமாம்! ஆமாம்!)

பெண்களின் சுதந்திரத்தை, வானத்தை முட்டும்படியாக, கவிதையில் காண்பித்த கோதையின் பெயரையே நமது நாடு தாங்கி நிற்கிறது. கோதையே நமது குல தெய்வம்; கோதையே கொடுங் கோலனாக விளையாடும் ஆண் மகனுக்குக் கோடரி போன்றவர். கோதை தான், பெண் இயற்கையின் ஜீவநாடி. கோதைதான் காதலின் எல்லை; கவிதையின் திரு உருவம். கோதையின் பெயரைக் கொண்ட நமது நாடு நீடுழி வாழ்க! நீடுழி வாழ்க!

(நீண்ட கர கோஷம்)

பூங்காவன மல்லிகையார் இவ்வாறு பேசினார். அவர் பேசிய பொழுது, கூட்டம் அதை ரசித்து அனுபவித்த விதமே வியக்கத்தக்கதாகும். பின்னர் ஷண்பக ஔவையார் எழுந்திருந்தார். அவர் சொன்னதாவது :- ‘நமது மல்லிகை இன்றைக்கு வெகு அழகாகவும் ஆராய்ச்சியுடனும் திறமையோடும் பேசினாள். இளங்கன்று பயமறியாது என்பதைப் போல, அவள் பேசி விட்டாளோ என்று உங்களில் சிலர் ஆத்திரபட்டாலும் படலாம். அவள், பயமறியாமல் பேசினது உண்மை தான். அது அவளுடைய இளம் பிராயத்தைப் பொறுத்து இல்ல. அந்தப் பயமின்மை, அவளது ஆராய்ச்சியின் பயன். அது தர்க்க சாஸ்திரத்துக்குக் கொடுத்த சூடு ஆகும்.’

தர்க்க வாதத்துக்குப் பொருந்தாத எதையும் ஏற்கக் கூடாது என்று அறிவு சொல்லுவதைத்தான், பூங்காவனம் தனது ஆராய்ச்சியின் மூலமாக எடுத்துக் காண்பித்தாள். நம்முடைய வந்தனங்கள், அதற்காக, அவளுக்கு உரித்தாகுக!

கோதையின் பெரும் புகழ் நாள் தோறும் ஓங்கி, உலகிலுள்ள பெண்கள் அனைவரும் சுதந்திரம் பெறுவார்களாக!

கூட்டமும் கலைந்தது, நாங்களும் மாணிக்கக் கோதை யாரின் வீட்டுக்குப் போனோம். பூங்காவனத்தின் ஆராய்ச்சி

தர்க்க சாஸ்திரத்தின் பயனாயின், அதை நாம் ஏற்றுக் கொள்ளத் தானே வேண்டும்' என்று பூபதி சொன்னான்.

அத்தியாயம் - 17

குற்றவாளி யார்?

நான், பூபதி மாணிக்கக் கோதையார், மூவரும் கோதை யாரின் வீட்டுக்குப் போனோம். போய்க் கொண்டிருக்கும் பொழுதே, எனக்கும் பூபதிக்கும் கடுமையான வாக்குவாதம் உண்டாயிற்று. பூங்காவன மல்லிகையின் பிரசங்கம் உனக்குப் பிடிக்கவில்லை போலிருக்கிறது; அதை ரசித்ததாக, நீ காட்டிக் கொள்ளவில்லையே' என்று பூபதி என்னை வம்புக்கு இழுத்தான்.

'ரசிப்பதற்கு என்ன அடையாளம்? ஏதாவது கூச்சல் போடணும் அல்லது கையைத் தட்ட வேண்டும்! இவைகளைச் செய்யாவிட்டால், ரசிக்கவில்லை என்று அர்த்தமா?' என்று பூபதியைக் கேட்டேன். 'சரிதான் நீ அந்தப் பிரசங்கத்தை மௌனமாக ஜீரணம் செய்து கொண்டிருந்தாய் போலிருக்கிறது' என்று அவன் குத்தலாகப் பேசினான். 'நீ சற்று முன், தர்க்க சாஸ்திரத்தைப் பற்றி பேசினாயே, அதைப் பற்றி ஒன்று சொல்ல விரும்புகிறேன். பெற்றோர்களின் அன்பு, சகோதரியின் வாஞ்சை, காதலர்களின் உள்ள நெகிழ்வு, பயம், ஆச்சரியம் போன்றவை தர்க்க சாஸ்திரத்துக்குக், கொஞ்சங்கூட அடங்கியவைகள் அல்ல. ஆயிரம் ஆண்டுகளுக்கு அதிகமாக, புனிதமாகக் கருதப் பட்டு வரும் ஆண்டாள், வீபரீத முறையில் பிறந்த குழந்தை என்று சொல்லுவதற்கு, ஏராளமாக அசட்டுத் துணிச்சல் வேண்டும். உலகத்திலே புனிதம் என்று சில உண்டு. அவை களைத், தர்க்க சாஸ்திர முழக்கோலால் அளப்பது தவறாகும்' என்றேன்.

'சட்ட முறைப்படி, விவாக ரீதிப்படி குழந்தை பிறந்திருக்கு மாயின், அது ஏன் நந்தவனத்தில், யாருக்கும் தெரியாதபடிக்குக் குளிரில் விரைக்க, கிடக்க வேண்டும்? ஜோதி மயமான குழந்தை என்று பரம்பரைக் கதை சொல்லுகிறது. அப்பேர்பட்ட குழந்தையைக் கைவிட்டு விட்டதற்கு, பெற்றோர்கள், தாங்கள் யார் என்று உலகத்துக்குத் தெரிவித்துக் கொள்ளப் பயப்பட்டதற்கு, தக்க காரணம் சொல்லு, ஜன சமூகத்தின் கொடிய கட்டுப் பட்டால் உண்டான பொய்யான மானத்தைக் காப்பாற்றிக்

கொள்வதற்காகத் தானே, பெற்றோர்கள், யாருக்கும் தெரியாமல், குழந்தையை நந்தவனத்தில் விட்டுவிட்டுப் போக நேர்ந்தது? தங்கள் குழந்தை அல்ல என்று பெற்றோர்கள் சொல்லிக் கொள்ளும்படியான நிர்பந்தநிலைமை எப்பொழுது ஏற்படும்? குழந்தை கோரப் பிறவியாகப் பிறந்திருந்தால், அந்த நிலைமை ஏற்படலாம். தங்களுடையது என்று சொல்லிக் கொண்டால், ஜன சமுதாயத்தில் தங்களுக்கு இருக்கும் பதவியும் மரியாதையும் போய், தாங்க முடியாத ஏளனத்துக்கும் அவமானத்துக்கும் ஆளாக வேண்டி வருமே என்ற பொழுது, நிர்ப்பந்த நிலைமை ஏற்படலாம். இந்த இரண்டைத் தவிர, வேறு காரணம் எனக்குத் தெரியவில்லை. ஆண்டாள், கோரப் பிறவியாகப் பிறக்கவில்லை யாதலால், மற்றொன்றுதான் காரணமாக இருக்க வேண்டும்' என்று பூபதி சற்று அழுத்தமாகச் சொன்னான்.

'மல்லிகையாரிடம் உனக்கு ஏற்பட்டிருக்கும் காதலால், அவரை ஆதரித்துப் பேசும்படி, உனக்கு நிர்ப்பந்த நிலைமை ஏற்பட்டிருக்கிறது என்று நான் சொன்னால்...' என்று நான் முடிப்பதற்கு முன், 'அற்பத்தனம் நிறைந்த மனிதப் பதர்கள் பேசத் துணிவது மாதிரி நீயும் பேசத் துவங்கி விட்டாயா?' என்று பூபதி என்பேரில் சீறி விழுந்தான்.

'முடிவாக, உங்கள் கருத்துத்தான் என்ன?' என்று மாணிக்கக் கோதையார் என்னைக் கேட்டார். 'கோதைத் தீவில் மதிமயங்கிக் கிடக்கும் எனக்கு, மல்லிகையாரின் பிரசங்கம், காதில் தேன் வந்து பாய்வதைப் போல இருந்தது. இன்றைய வெறி பிடித்த உலகத்தை மனதில் வைத்துக் கொண்டு, பூபதியோடு நான் கட்சி பேசினேன்' என்றேன்.

இரவில் நாங்கள் நன்றாகத் தூங்கினோம். காலையிலே எழுந்ததும், 'எங்கள் கல்லூரியில் ஒரு விசாரணை நடக்கப் போகிறது. அதை, நீங்கள் பார்க்க வருகிறீர்களா' என்று மாணிக்கக் கோதையார் எங்களைக் கேட்டார். 'கல்லூரியில் விசாரணையா? நீதிஸ்தலத்தில் இல்லையா?' என்று கேட்டு விட்டுச் சிரித்தேன். 'நாடக முறையில் இந்த விசாரணை நடை பெறும். மாணவர்களும், மாணவிகளும் இதில் பங்கெடுத்துக் கொள்ளுவார்கள். ஒரே, ஸீன் தான். மாலை ஐந்து மணிக்கு, இது நடக்கும்' என்றார் கோதையார். 'இதைப் பார்ப்பதைக் காட்டிலும், கோதைத் தீவில் எங்களுக்கு வேறு என்ன வேலையிருக்கிறது?' என்று நான் சொன்னேன். 'உங்களுக்குள் விவாதம் நடத்துவது, இதைக்காட்டிலும் உயர்ந்ததாக உங்கள் கண்ணில் காணப்பட்டால்-'

என்று கோதையார் சிரித்தார். 'மாலையில் வருகிறோம்' என்றான் பூபதி.

மாலை நான்கு மணி இருக்கும். கல்லூரிக்குப் போனோம் பிரமாதமான கட்டிடம் எதுவும் கண்ணில் படவில்லை. ஆனால் எங்கு பார்த்தாலும், ஒரே சுத்தம், ஒழுங்கு தவறி எதுவும் இருக்க வில்லை. நாடகம் கட்டிடத்துக்குள் இல்லை. பரந்தவெளியிலே தான். ஒரு மேடைமட்டும் இருந்தது. மேடைக்கு முன்புறத்தில், திரை தொங்கிற்று. இரண்டு உயரமான கம்புகளுக்கிடையே பொருத்தப் பட்ட திரை.

நாடக மேடைக்கு நான்கு பக்கங்களிலும், மணங்கமழும் மலர்ச் செடிகள். பூஞ்சோலைக்கு நடுவே நாடக மேடை இருந்தது எனலாம். நாடகம் பார்க்க வந்தவர்கள் ஆயிரக் கணக்கில் இருக்கும். எல்லோரும் பசும்புல் தரையில் உட்கார்ந்து கொண்டிருந் தார்கள். மணி ஐந்து அடித்தது. திரையும் தூக்கப்பட்டது. சூத்ரதார் தோன்றினார்.

அவர் அறிவித்ததாவது:- 'முதல் முதலாக உங்கள் முன் காட்சி அளிக்கப்போகிறவர் நீதி தேவி.'

மேடையில் நீதி தேவி தோன்றினார் : நீதி தேவி, முதுமைப் பருவம் எய்தியிருப்பார் என்று எண்ணியிருந்தேன். நான் எண்ணியது தவறு. நல்ல இளம்பிராயம். அவர் ஆசனத்தில் அமர்ந்தார்.

நீதி தேவி : குமாஸ்தா! இன்றைய விசாரணைக்கு, ஜூரிகள் யார்? அவர்கள் வந்து விட்டார்களா?

குமாஸ்தா : ஜூரிகள் சீதாப்பிராட்டி, விதுரன், மேரி மாக்டலேனா, ஆண்டாள், பாரதியார், இவர்கள் ஐவரும் பிரச்சன்னமாயிருக்கிறார்கள்.

நீதி தேவி : அவர்களுக்குச் சத்தியப் பிரமாணம் செய்து வை.

குமாஸ்தா : அப்படியே, (நேர்மையான முறையில், உண்மை யைக் கண்டு, நாங்கள் யாருக்கும் அஞ்சாமல் தீர்ப்புச் சொல்லுவோம்; சத்தியம் - என்று பிரமாணம் செய்தார்கள்.)

நீதி தேவி : எதிரியை, எதிரே கொண்டு வந்து நிறுத்து. (எதிரி வருகிறார்) உமது பெயர் என்ன?

எதிரி : கௌதமன்

நீதி தேவி : நீர் எதற்காக, இன்றைக்கு விசாரிக்கப்படுகிறீர்?

கௌதமன் : எனது மனைவி அகல்யை, இந்திரனோடு விபசாரம் செய்த குற்றத்துக்காக நான் அவளைக் கல்லாகப் போகக் கடவது என்று சபித்தது தவறு என்றும், அகல்யை செய்ததாகக் கூறப்படும் குற்றத்துக்கு நான் தான் காரணம் என்றும் என்பேரில் குற்றச்சாட்டு.

நீதி தேவி : நீர் குற்றவாளி அல்லவா?

கௌதமன் : நான் நிரபராதி.

நீதி தேவி : அப்படியானால், உமது கட்சியை சொல்லிக் கொள்ளும்.

கௌதமன் : நான் நியம நிஷ்டை தவறாமல் தவம் செய்யும் ரிஷி. காட்டிலுள்ள கந்த மூலங்களைப் புசித்துக் காலம் தள்ளி வந்தேன். ஆத்ம ஞானபக்குவம் பெற்றவன் என்று எனக்குப் பெயரும் கீர்த்தியும் கிடைத்தன. ஆத்ம விசாரத்தில் நான் ஈடுபட்டிருக்குங் காலையில், சிருஷ்டி கர்த்தாவான பிரம்மா ஒன்றைச் சகலலோகங்களுக்கும் பிரகடனப்படுத்தினார். அவருக்கு அகல்யை என்று ஒரு புத்திரியாம். அழகில் எத்தனை வகைகள் உண்டோ, அவைகளில் ஒவ்வொன்றிலும் சிறிது சிறிது எடுத்து, பேரழகியான அகல்யையை, பிரம்மா சிருஷ்டி செய்தாராம். எவனொருவன் முகூர்த்த காலத்துக்குள் ஈரேழுபதினான்கு உலகங்களையும் சுற்றி வந்து தம்மைப் பார்த்தாலும், அவர் அந்தக் கட்டழகியை அவனுக்குப் பத்தினியாகக் கொடுப் பதாகப் பிரகடனம் செய்தார்.

எனது பர்ணசாலையில் சிசுருஷைக்காக ஒரு பெண் இருந்தால் நல்லது என்று நான் ஆசைப் பட்டதுண்டு. இந்தப் பிரகடனத்தைக் கேட்டபின் அந்த ஆசையை ஏன் பூர்த்தி செய்து கொள்ளக் கூடாது என்று எண்ணினேன்.

பிரம்மலோகத்துக்குப் போய், பிரம்மாவைக் கண்டேன். பெண்ணைத் தருகிறீரா என்று கேட்டேன். முகூர்த்த நேரத்துக்குள் பதினான்குலோகங்களையும் சுற்றி வந்தால், கொடுக்கிறேன் என்றார். அவருக்கு முன்னாலேயே, பத்மாசனம் போட்டு உட்கார்ந்து மூன்று தடவை, என்னை நானே சுற்றி வந்தேன். ஏன் என்றால், மனுஷ்யனது தேகத்தில் அண்ட பிண்ட சராசரங்களும் பதினான்கு லோகங்களும் இருப்பதாக வேதத்தின் உபதேசம்.

ஒருவன் தன்னை தானே சுற்றினால், பதினான்கு லோகங் களையும் சுற்றி வந்தால் போல ஆகும். வேதத்தில் பொதிந்து கிடக்கும் இந்தப் பரம ரகசியம் எனக்குத் தெரியும்.

இவ்வாறு சுற்றிவிட்டு, பிரம்மாவிடம், பெண்ணைக் கேட்டேன். அவரே திகைத்துப் போனார். பிறகு வேத சூத்திரத்தை அவருக்கு எடுத்துக் காண்பித்தேன். அவர் அதை எடுத்துக் கொள்ள வேண்டியதாயிற்று. வேறு வழி இல்லை. அவர் அகல்யையை எனக்குக் கொடுத்தார். அவளை நான் அழைத்துக் கொண்டு, பூலோகத்துக்குப் போனேன். நாங்கள் இருவரும் சிறிது காலம் வாழ்ந்து வந்தோம். காம வெறி கொண்ட இந்திரனுக்கும், இவள் பேரில் ஆசை என்று எனக்கு தெரியாது. இவள் சாது என்று எண்ணியிருந்தேன். ஏமாந்துப் போனேன். என் மனது உடைந்து போகும்படியாக, இந்த மாயக்காரி காரியம் செய்தாள். ஆகவே, இவளுக்கும் இந்திரனுக்கும் சாபம் கொடுத்தேன். ஆத்மஞான பரிபக்குவம் பெற்ற எனக்கு, ஸ்திரீ சபலம் உண்டாகி, கலியாணத்தில் ஆசை ஏற்பட்டதனாலே தான், அவள் எனக்குத் துரோகம் செய்ய நேர்ந்தது. விதி யாரை விடும்?

நீதி தேவி : குமாஸ்தா! பிரம்மாவைக் கூப்பிடு. (பிரம்மா வருகிறார்). (கௌதமன் ஏதோ உருப்பிரியாமல் முணகிக் கொண்டிருக்கிறார்.)

நீதி தேவி : பிரம்மா! நீர் கௌதமனுக்கு அகல்யையைக் கொடுத்த வரலாற்றைச் சொல்லும். அவர் சொன்னதைப் படிக்கிறேன். கேளும். பிறகு நீர் சொல்லலாம்.

(படிக்கிறார்)

பிரம்மா : கௌதம மகரிஷி சொன்னது அவ்வளவும் உண்மை. வேதத்தில், கௌதமன் குறிப்பிட்ட சூத்திரம் இருந்தது எனக்கு ஞாபகம் இல்லாமல் போய்பிட்டது. ஆனால் நான் ஏற்படுத்திய பிரமாணத்துக்கு நான் கட்டுப்பட்டுதானே ஆக வேண்டும்? நான் என்ன செய்கிறது? வேறு வழியில்லாமல் நான் எனது அபூர்வ கற்பனையால் படைத்த பெண்ணை, கட்டழகியை, ஆத்ம விசாரத்தில் ஈடுபட்டிருந்த ஒருவருக்குக் கொடுக்க நேர்ந்தது. நான் மன வருத்தத்தோடுதான் அவளைக் கௌதமனுக்குக் கொடுத்தேன். கௌதமன் தபஸ்வி; அவர் ரசிகன் அல்ல. ஆகவே, அகல்யை என்னும் அன்று மலர்ந்த மலரை அனுபவிக்கத் தெரியாமல், கசக்கி முகர்ந்து விட்டார். சொன்ன சொல் தவறக் கூடாது என்பதாலும் நானே வகுத்த வேதத்தில் நான் நம்பிக்கை காண்பிக்க வேண்டும் என்ற நிர்பந்தத்தாலும், நான் மனமறிந்த தவறைச் செய்தேன். அகல்யைக்குக் கௌதமன் ஏற்ற ரசிகர் அல்ல.

நீதிதேவி: பிரம்மா! உண்மையை ஒளிக்காமல் சொன்ன தற்காக வந்தனம். குமாஸ்தா! அகல்யைப் போய் அழைத்து வாரும்.

(அகல்யை துக்கம் குடிகொண்ட முகத்தோடு வருகிறாள்.)

அம்மா நீதான் அகல்யையா?

அகல்யை: ஆமாம்! அதோ, என் தகப்பனார் இருக்கிறாரே!

நீதி தேவி : இன்னொருவரும் இருக்கிறாரே, அவரை உனக்கு அடையாளம் தெரியவில்லையா?

அகல்யை : என் வாழ்க்கையை பாழாக்கிய பாபியை நான் எவ்வாறு மறக்க முடியும்?

நீதி தேவி : அவர் இந்திரன் என்று எண்ணி, இவ்வாறு தடுமாற்றமாகப் பேசுகிறாயா.

அகல்யை : என்னையும் இந்திரனையும் ஏக காலத்தில் சபித்த மகான் இவர்தான்! எனக்கு எவ்வித மயக்கமும் இல்லை. புத்தி சுவாதீனத்துடன்தான் இருக்கிறேன்.

நீதி தேவி : அப்படியானால் உனது வாழ்க்கை பாழான வகையை விபரமாகச் சொல்லு. நீதி தேவியின் முன்னால் நிற்கிறாய் என்பது உனக்குத் தெரியுமா?

அகல்யை : தெரியும். என்றைக்காவது, ஒருநாள் நான் நிரபராதி என்பது ருசுவாகும் என்று நீண்டகாலமாக, நான் ஆவலுடன் காத்துக் கொண்டிருக்கிறேன்.

நீதி தேவி : பொறுமையும் நம்பிக்கையும் வாழ்க்கைக்கு மூலாதாரமான சக்திகள் தான், சரி, நீ உன் கதையைச் சொல்லு.

அகல்யை : என்னுடைய இளம் பிராயத்தில், என்னைப் பார்த்துப் பார்த்து, என் தகப்பனார் தமது படைப்புத்திறனைப் பற்றி, பெருமை அடித்துக் கொள்வார். குழந்தை! ரதி கூட, உனக்கு ஈடாக மாட்டாள்' என்று அப்பா சொல்லுவார். தேவர்களின் முக்கியமானவர்கள் எல்லோரும், என்னைப் பார்த்துக் கண்பூத்துப் போனது மாதிரி இருப்பார்கள். என்னைக் கலியாணம் செய்து கொள்ள வேண்டும் என்பது தேவேந்திரனுக்கு ஆசை. நான் ஏன் இந்திராணியாக ஆகக்கூடாது என்று என்னையே நான் கேட்டுக் கொள்வேன். வாழ்வை ருசியாக அனுபவிக்க வேண்டுமானால், இந்திரப்போகம் தான் வேண்டும் என்று எனக்குள்ளாகவே தீர்மானித்துக் கொண்டிருந்தேன். இந்த

ஆசையிலேயே வளர்ந்த நான் என்ன அழகாக வளர்ந்தேன்! திடீரென்று ஒருநாள், எதிரே நிற்கிறாரே முனிபுங்கவர், என்னைத் தனக்குக் கொடுக்க வேண்டுமென்று என் தகப்பனாரிடம் வாதாடிக் கொண்டதை உணர்ந்து, சொல் தவறக்கூடாது என்று, மனமில்லாமல் என் தகப்பனார் என்னை அவருக்குக் கொடுத்தார். கிளியை வளர்த்துப் பூனையின் கையில் கொடுக்கலாமா என்று அப்பாவைக் கேட்டேன். வேறுவழியில்லையே என்று தகப்பனார் ரொம்பவும் வருந்தப்பட்டார். அந்தச் சடை முனியைக் கண்டதும் எனக்குப் பகீர் என்றது. அவருடன் பேசுவதற்கு எனக்கு மனமே இல்லை. தகப்பனாரே என்னை அவருக்குக் கொடுத்துவிட்டார். தர்மசாஸ்திரமோ, என் புருஷன் கூப்பிட்ட இடத்துக்கு நான் போக வேண்டும் என்று கட்டாயப் படுத்துகிறது. நான் என்ன செய்வேன்?

நான் அந்தப் பேர்வழியோடு போனேன். முனிபுங்கவருக்குத் தவமும் சிசுருஷையும் தான் தெரியும். அவருக்கு என்னோடு சல்லாபம் செய்ய மனமும் இல்லை; பொழுதும் இல்லை. காதலை அனுபவிக்கத் தெரியாத ஒருவர் ஏன் கலியாணம் செய்து கொள்ள வேண்டும் என்று நான் அவரை, இரண்டொரு தரம் கேட்டதுண்டு. 'காதலாவது! அதுதான் காமம். காமத்துக்குப் பலியாகுபவன் ஆத்ம விசாரம் செய்ய முடியாது. நீ இங்கே எனக்குப் பணிவிடை செய்ய வந்திருக்கிறாய். அதற்கு மீறிய எதுவும் என்னிடம் பேச வேண்டாம்' என்று தவமுனி திருவாய் மலர்ந்தார்.

நான் அவருடைய பணிப்பெண்ணாம்! என்ன அநியாயம்! எங்கேயாவது ஓடிவிடலாமா என்று எண்ணினேன் உரிமையை நிலைத்துக் கொள்ளாமல், ஓட்டம் எடுப்பதில் என்ன லாபம்? ஒரு நாள் இரவு இந்திரன் வந்தான். நான் குதூகலம் அடைந்தேன். முனிவருக்குக் கோபம். இருவருக்கும் சாபம் கொடுத்தார். முனிவருடைய ஆசிரமத்தில் கல்லைப் போல இருந்த நான் கல்லாகப் போனதில் வருத்தமே இல்லை.

பெண் ஜன்மத்தைப் பாழாக்கிக் கொண்டு, பெண் மாதிரி இருப்பதைக் காட்டிலும் எப்பொழுதும் கல்லாக இருப்பதில் எனக்குப் பிரம்மானந்தம். ஆனால், ஸ்ரீராமன் பாததூளிபட்டு, நான் மீண்டும் பெண்ணானது தான் எனக்கு பிடிக்கவில்லை. நான் என் தகப்பனாரிடம் போய்ச் சேருவதா? தவ முனிவரோடு தங்குவதா? அல்லது இந்திரனோடு வாழ்ந்து இன்பம் அனுப விப்பதா? விதாயம் எதுவும் ஏற்படாமல், கல்லாயிருந்த நான் ஏன் பெண்ணாக வேண்டும்?

சாபம் கொடுத்த முனிவர் என்னைக் கல்லாய்ச் செய்ததால், நான் பயந்து போய் விடுவேனா? அல்லது என் மனமும் விருப்பமும் தான் மாறிவிடுமா? இன்பத்தில் நாட்டங்கொண்ட கலைஞர் களுக்குத்தானே கவலை? தவத்தில் ஆழ்ந்து கிடக்கும் முனிவருக்கு இன்பம் ஏது? ஆத்ம சொரூபத்தைக் காணுவது அவருக்கு இன்பமாயிருக்கலாம். எனக்கு அது இன்பம் தருவதில்லை. கலைக்கும் தவத்துக்கும் தீராத பகைமை என்பதைத் தெரிந்து கொண்டேன். அந்தப் போர்வழி இருக்கிற இடத்திலே இருக்க, எனக்கு இஷ்டமில்லை. நான் வெளியே போகட்டுமா?

நீதி தேவி: குமாஸ்தா! இந்திரனைக் கூப்பிடு.

(இந்திரன் வருகிறான்)

இந்திரா! இங்கே இருப்பவர்களை உனக்குத் தெரியுமா?

இந்திரன்: அதோ வீற்றிருக்கிறார் பிரம்மா. நின்று கொண்டிருப்பது கௌதமன். என் பக்கத்தில் இருப்பது அகல்யை.

நீதி தேவி: அகல்யை சாப சம்பந்தமாக, உனக்குத் தெரிந்ததைச் சொல்லு.

இந்திரன்: எனக்கு அகல்யையின் பேரில் காதல்...

நீதி தேவி: உனக்கு ஏற்கனவே கலியாணம் ஆகவில்லையா?

இந்திரன்: நான் புதிதாக இந்திரப் பட்டத்துக்கு வந்தவன். அகல்யையை இந்திராணியாகச் செய்து, இந்திர போகத்தைப் பரிபூரணமாக அனுபவிக்க வேண்டும் என்பது என் இச்சை. அந்த இச்சை பூர்த்தியாவதற்கு வழி இல்லாமல் போனதற்குக் கௌதமனே காரணம். இவருக்கு எதற்காகக் கலியாணம்? அப்படி அவருக்கு மணத்தில் விருப்பம் ஏற்பட்டாலும், பரலோக சிந்தனையுள்ள பெண்ணைப் பார்த்து கலியாணம் செய்து கொள்ளக் கூடாதா? இன்ப சொரூபியாக இருக்கும் அகல்யை யைத் துன்பத்தில் தள்ளி, அந்தக் காட்சியை அனுபவிக்க வேண்டும் என்று கௌதமன் நினைத்தார் போலும்! அவருக்குத் தவம் தான் பெரிது. அவருக்கு வாழ்க்கையைப் பற்றிக் கவலை கிடையாது தவம் என்ற கை கோடாலியைக் கொண்டு, அவர் எங்கள் வாழ்வைச் சிதைத்து விட்டார், பாபி!

நீதி தேவி: கௌதமரே! நீர் அகல்யையை மணந்து கொள்ள ஆசைப்பட்டது நியாயமாகுமா?

கௌதமன்: சட்டபடி என் பாத்தியம் செல்லக் கூடியது தானே? அதை இல்லை என்று யாரும் சொல்ல முடியாது.

நீதி தேவி: எதற்கும், பொருத்தம் என்ற லட்சணம் கிடையாதா?

கௌதமன்: பிரம்மா, யோசனையில்லாமல், ஏன் அந்தப் பிரகடனம் செய்தார்? சிருஷ்டிகர்த்தா தவறு செய்தால், அது எவ்வளவு கொடுமை கொண்டது என்பதை விளக்குவதற்கும் அவருக்குத் தக்க பாடம் கற்பிப்பதற்காகவும் தான், நான் அகல்யையை மணக்க விரும்பியது. அகல்யைக்கு நேர்ந்த துன்பங்களுக்கு பிரம்மாவே ஜவாப் தாரியாவர். அகல்யையின் மனம் திரிந்து போய், தவறான காரியம் செய்யத் துணிந்த சந்தர்ப்பங்களை நான் உண்டாக்கினேன். ஆனால், நான் எதற்கும் மூல கர்த்தா இல்லை. வேண்டுமானால், என் பேரில், உடந்தைக் குற்றம் சாட்டலாம். பிரம்மாவின் தவறை எடுத்துக் காண்பிக்க வேண்டிய பொறுப்பு என் தலையிலே விழுந்தது. அதனாலே, நான், ஒரு வகையில் குற்றவாளி என்று ஜுரிகள் அபிப்பிராயப் படலாம். பிரம்மா தான் தீர்ப்புச் சொல்ல வேண்டும் என்பது எனது பிரார்த்தனை.

நீதி தேவி: ஜுரிகள் என்ன அபிப்பிராயப்படுகிறார்கள்? விதுரரே! சொல்லும்.

விதுரர்: நாங்கள் எல்லோரும் ஒரே முடிவுக்கு வந்தோமாயினும், எங்களுக்குள்ளே சில்லறை வித்தியாசங்கள் இருக்கின்றன. தண்டனை விதிப்பதில் தான் அபிப்பிராய பேதம் இருக்கிறது. கௌதமன் தான் குற்றவாளி என்பது நாங்கள் வந்திருக்கும் முடிவு. “கௌதமனுடைய இகலோக அனுபவம் குறை கொண்டது. அவர் செய்தது அறியாப் பிழை. அதைக் குற்றமாகப் பாவிக்க லாகாது. எனவே, அவர் செய்தது அசட்டுக் காரியம். ஆன்ம ஞான பக்குவம் பெற்ற கௌதமரை, இந்த நீதி ஸ்தலத்தில் விசாரித்தே அவருக்குத் தகுந்த தண்டனை” என்ற சீதாபிராட்டி கருதுகிறார். ‘கௌதமன் வாழத் தெரியாதவன். வாழ அதாவது, இன்பத்தை அனுபவிக்க, அவனுக்குக் கற்றுக் கொடுக்க வேண்டும். கந்தர்வ லோகத்திலே, கந்தர்வ ஸ்திரீகளின் மத்தியில், அவன் கோடி வருஷம் இருந்து. கலை அழகையும் காதலின் மாண்பையும் அவன் தெரிந்து கொள்ள வேண்டும்’ என்று ஆண்டாள் சொல்லுகிறார் இதையே ஆமோதித்து மேரி சொல்லுகிறார்.

ஆண் உலகத்துக்கு அவமானத்தைத் தேடிக் கொடுத்த கௌதமனை என்ன செய்தாலும் தகும். தாடியும் மீசையும் வைத்துக் கொண்டு, தவம் செய்யும் ஒருவனுக்கும் அழகுக்கும் என்ன சம்பந்தம்? கலை வினோதத்தை அறிய முடியாத கசடன்,

கலியாணத்தில் ஆசை கொள்ளலாமா? கௌதமன் லௌகீகம் தெரியாத முழு மூடன். கௌதமன் செய்தது மாதிரியே தன்னைச் சுற்றி வந்து, தெய்வ யானையை அடைந்த கணபதி, இங்கிதம் தெரிந்து, அவளைத் தனது தம்பியாகிய சுப்பிரமணியத்துக்குக் கொடுத்து விடவில்லையே? அந்த மாதிரி, உண்மையாகவே, கௌதமன் பதினான்கு லோகங்களையும் சுற்றிப் பார்த்து அனுபவம் பெற வேண்டும் என்று தண்டனை அளிக்க வேண்டும்' என்று பாரதியார் சொல்லுகிறார்.

'எனது கருத்து, சீதா பிராட்டியின் கருத்தைத் தழுவிய தாகும். தவ சிரேஷ்டரான கவுதமரை, விசாரணைக்குக் கொண்ட வந்ததே, போதுமான தண்டனை என்பது தாழ்மையான கருத்து.

நீதி தேவி; விதுரர் கூறும் தண்டனையே போதும் என்று எண்ணுகிறேன். இந்த விசாரணையே மனித வர்க்கத்துக்கு, எதிர் காலத்தில் எச்சரிக்கையாக இருக்கும் என்று நம்புகிறேன்.

அகல்யை: என் கதி என்ன ஆகிறது?

நீதி தேவி: நீ உன் இஷ்டப்படி செய்யலாம். விசாரணை முடிந்து விட்டது. கோர்ட்டும் கலைந்து விட்டது.(எல்லோரும் கலைந்து போனார்கள்)

விசாரணையைப் பார்க்க வந்தவர்கள் அனைவரும் யாதொரு சந்தடியும் செய்யாமல், கலைந்து போவதைப் பார்த்தும், என்னை அறியாமலே, என் மனம் குதூகல மடைந்தது. எந்தத் தேசத்திலும், எக்காலத்திலும், சரி, கூட்டம் என்றால் கூச்சல் என்று அர்த்தம். கோதைத் தீவில் அதுவும் பெண்கள் கூடிக் கொண்டிருந்த கூட்டத்தில் இவ்வளவு அமைதியும் ஒழுங்கும் நிலவியதும், கூட்டம் சந்தடியின்றி, இமைப்பொழுதில் கலைந்து போனதும் எனக்கு ஆச்சரியமாகவே இருந்தது;ஆனந்தமடைந்தேன்.

'சற்று நேரம் இந்தப் பசும்புல் தலையிலேயே உட்கார்ந் திருப்போமே' என்று நான் சொன்னதுதான் தாமதம், எழுந்து நின்று கொண்டிருந்த பூபதி, சட்டென்று அங்கேயே உட்கார்ந்து கொண்டான்.

'வைராக்யத்தில் இவர்கள் சாணக்கியன் மாதிரி இருக் கிறார்களே! புல் தடுக்கி விழுந்த சாணக்கியன், அதை ஆணிவேரோடு கெல்லினது மாதிரி, கோதைத் தீவில், இவர்கள் எத்ததையோ ஆயிரவருஷங்களுக்கு முன் நடந்ததாகச் சொல்லப்படும் சம்பவத்தைகூட சந்திக்கு இழுத்து, விசாரணை என்ற சாக்கிலே, ஆராய்ச்சி செய்கிறார்களே என்றேன்.

“இதைப்பற்றிச் சிறப்பாகச் சொல்லுகிறேன் என்று நினைக்காதே. பொதுவாகப் பேசுகிறேன். சிறுபொய் என்று துவக்கத்தில் அதை அலட்சியம் செய்தால், அது காலம் போகப் போக, பெரிய பெரிய உண்மையைப் போல உருவம் எடுத்து விடுகிறது. எப்படி என்று கேட்கிறாயே? அது பொய் என்றால் அது தோன்றும் பொழுதே; அதை மண்டையில் அடித்து, அதைத் தலை தூக்காமல் செய்திருக்க மாட்டார்களா? அது நிஜமாக இருக்கத் தொட்டுத்தான். அதை ஒன்றும் செய்யாமல் விட்டுவிட்டார்கள்’ என்று ஜனங்கள் கதையை ஆரம்பிக்கிறார்கள். பிறகு அதை உண்மையென்றே ஸ்தாபித்து விடுகிறார்கள். கடைசியாக, ‘இக்கதை ஆயிரம் வருஷமாக இருந்து வந்த ஒன்று எப்படிப் பொய்யாக இருக்க முடியும்? பொய் என்று தெரிந்து கொள்ளாமல் வாழ்ந்த வாயை அடக்கப் பார்க்கிறார்கள். ஆகவே, சந்தர்ப்பம் நேர்ந்த பொழுதெல்லாம், பொய்யை நையப் புடைப்பது மிக்க அவசியம். கோதைத் தீவார். இந்தக் கொள்கையைக் கைக்கொண்டிருப்பது என் மனதுக்கு சந்தோஷத்தைத் தருகிறது” என்று பூபதி சொன்னான்.

“உண்மைதான். இந்தத் தீவிலேதான். நியாயமும் சுதந்திரமும் சத்தியமும் வளர முடியும். குடிகொடுக்கிற, நல்ல குணத்தைப் போல நடிக்கிற, தாட்சிண்யம் என்ற கோழைத்தனம் இந்த நாட்டில் இல்லாதிருப்பதைக் கண்டு, நான் களிப்படைகிறேன். தாட்சிண்யத்தின் பெயரால் வண்டி வண்டியாகத் தவறுகளைச் செய்ய வேண்டியதாயிருக்கிறது” என்றேன்.

இதற்குள், மாணிக்கக் கோதையாரும் பூங்காவன மல்லிகையும் நாங்கள் இருந்த இடத்துக்கு வந்த சேர்ந்தார்கள்.

“நேற்றைக்கு, நீங்கள் ஆண்டாளைப் பற்றிப் பேசினது ரசமாயிருந்தது. ஆனால் கோதைத் தீவுக்கு வெளியே அதை நீங்கள் சொல்லியிருக்க முடியாது. உங்களை அவ்விடத்திலேயே பிண்டமாகப் பிடித்து. உயிரை வாங்கியிருப்பார்கள்’ என்று மல்லிகையைப் பார்த்து, பூபதி சொன்னான்.

மல்லிகை அதற்குப் பதில் செல்லாமல், ‘இன்றைக்கு விசாரணை எப்படி இருந்தது?’ என்று கேட்டாள்.

‘விசாரணை வாசகங்களைத் தயார் செய்தது யாரோ, அவரை நான் மிகுதியும் பாராட்டுகிறேன். இரண்டு தரப்பு கட்சி வாதங்களையும் நேர்மையாக எடுத்துக் காண்பித்திருக்கிறார். விசாரணை என்றால் இப்படித்தான் இருக்க வேண்டும்’ என்றான் பூபதி.

'அப்படியானால், பாராட்டப்பட வேண்டியவர் மாணிக்கக் கோதையார்தான். நாட்டு ரகசியத்தை வெளியிட்டதற்காக, நீங்கள் என்னைக் காவலில் வைக்க மாட்டீர்களே' என்று மல்லிகை சிரித்துக்கொண்டு கோதையாரைப் பார்த்து சொன்னார்.

'அப்படியா!' என்று நான் மாணிக்கக் கோதையாரை, கையைப் பிடித்து, என்னை அறியாமலே குலுக்கி விட்டேன். என் நினைவு எனக்கு வந்ததும் 'மன்னிக்க வேண்டும்' என்று கோதை யாரைக் கேட்டுக் கொண்டேன்.

'ஒழுங்கீனமான முறையில் இல்லாமல், உள்ளத்தில் இயற்கையாக எழும் உணர்ச்சியை கை குலுக்குதல் போன்ற வகைகளில் காண்பிப்பதில் தவறு ஒன்றுமே இல்லை. நீங்கள் செய்ததுதான் சரி. அதைப் பாராட்டுகிறேன்' என்றார் கோதையார்.

'அப்படியானால், உங்களை நான் கைகுலுக்குகிறேன்' என்று மல்லிகையைப் பார்த்து, பூபதி சொன்னான். 'காலப் பிற்பாடு' என்று சிரித்துக் கொண்டு, மல்லிகை, தன் கையைக் கொடுக்க மறுத்துவிட்டார்.

'இயற்கைக்கும் கோதைத் தீவுக்கும் பொருந்தாத தன்னடக் கத்தால், நான் தவறு செய்து விட்டேன்' என்றான் பூபதி.

'மன்னித்தேன்' என்று மல்லிகை, பூபதியின் கையைப் பிடித்துக் குலுக்கினார்.

நால்வரும் குதூகலமடைந்தோம்.

அத்தியாயம் - 18

சாவித்திரியின் சாகஸம்

என்ன காரணத்தால் மாணிக்கக் கோதையார் அவ்வாறு செய்தார் என்று தெரியவில்லை. அவர் எங்களிடம் சொல்லவும் இல்லை. பூங்காவன மல்லிகை, அன்றிரவு எங்களோடு மாணிக்கக் கோதையாரின் இல்லத்தில் சாப்பிட்டார். இரவில் பொழுது போனதேதெரியவில்லை. நடுராத்திரி பன்னிரண்டு மணிக்குக் குண்டு போட்டதைக் கேட்டு, நாங்கள் திடுக்கிட்டுப் போனோம். நோயாளி இருந்தாலொழிய, இதற்குமேல், கோதைத் தீவில், எந்த வீட்டிலும் விளக்கு எரியக்கூடாது. ஒவ்வொரு நாளும் குறைந்தது ஆறுமணி நேரமாகிலும், தூக்கம் இருக்க வேண்டும் என்பது கோதைத் தீவில் கட்டுப்பாடு.

காலையில் எழுந்திருந்ததும், 'இன்றைக்கொரு விசேஷம் இருக்கிறது. அதை நீங்கள் பார்க்கிறீர்களா?' என்று பூங்காவன மல்லிகை கேட்டார். மல்லிகை இரவில் கோதையார் வீட்டில் தான் இருந்தாரா, அல்லது தான் வீட்டுக்குப் போய், விடியற் காலையில் வந்திருக்கிறாரா என்பது தெரியவில்லை.

'விசேஷம் என்றால் பெயருண்டா?' என்று கிண்டலாக, நான் கேட்டேன். 'விசேஷத்துக்கு சாவித்திரியின் சாகஸம் என்று பெயர். நீங்கள் தான் சாவித்திரி சத்தியவான் கதையைக் கேட்டிருப்பீர்களே! சத்தியவானை எமபுரியிலிருந்து மீட்டுவந்த வரலாற்றை சாவித்திரி, தனக்குள்ளாகவே சொல்லிக் கொள்ளுவ தாகச் சம்பிரதாயம். பைத்தியப் பேச்சு என்று எண்ணி விடாதீர்கள்' என்று மல்லிகை சொன்னார்.

'நீங்கள், என்னமோ, கோதைத் தீவில் செய்கிற தெல்லாம், வேண்டுமென்றே ஆண்பிள்ளைகளை அவமானப் படுத்துவது மாதிரி இருக்கிறது' என்று சொன்னோன்.

பெண்களின் தியாகத்தையும் தீரத்தையும் காதல் மாண்பையும் சொன்னால், அது ஆண்பிள்ளைகளை அவமானப் படுத்துகிறது மாதிரி ஆகிவிடுமா, பெண் இனத்துக்கு உற்சாகமும் தைரியமும் கொடுக்கக் கூடியவைகளை எடுத்துக் காண்பிப்பது பொருத்தமும் தேவையும் கொண்டதுதானே' என்று மல்லிகை சொன்னார்.

வாதம் சம்பந்தப்பட்ட வரையில், கட்சியை மல்லிகை சரியாக சொல்லிவிட்டதால், அதை நான் ஒப்புக் கொண்டேன். விசேஷத்துக்கு வருகிறோம்' என்றான் பூபதி.

'பெண்ணுக்கு பின்புத்தி என்று உங்கள் நாட்டில் ஏளனமாகச் சொல்லுகிறார்களே, அது நியாயமா?' என்று மல்லிகை கேட்டார் 'நியாயமில்லை' என்றேன். 'சரி நாங்கள் போய்வருகிறோம்' என்று கோதையாரும் மல்லிகையும் போய்விட்டார்கள்.

'பூபதி! விசேஷம் எங்கே நடக்கிறது என்பதைக் கேட்க மறந்து விட்டோமே! இப்பொழுது, யாருக்குப்பின் புத்தி? ஆணுக்கா, பெண்ணுக்கா?' என்றேன்.

'நிச்சயமாக, ஆணுக்குதான்' என்று சொல்லிச் சிரித்துக் கொண்டே, கோதையாரும், மல்லிகையும் திரும்பிவந்தார்கள். 'அதைச் சொல்லுவதற்காகவா திரும்பி வந்தீர்கள்? என்று நான் அவர்களைக் கேட்டேன். 'அதற்காக அல்ல; விசேஷம் எங்கு நடக்கிறது என்று உங்களுக்குச் சொல்லிவிட்டுப் போக' என்றார்

கோதையார். 'அப்பொழுதே சொல்லியிருக்கலாமே? உங்களுக்குப் பின்புத்திதான் போலிருக்கு' என்றான் பூபதி.

'நீங்கள் இப்படிச் சாமர்த்தியமாகப் பேசக்கூடும் என்பதற் காகவே தான், நான் போகும்முன், பின் புத்தியைப் பற்றிக் குறிப்பிட்டேன்' என்று சிரித்துக் கொண்டு மல்லிகை சொன்னார். 'தோல்வியை ஒப்புக்கொள்கிறேன்' என்றான் பூபதி. உண்மையைப் ஒப்புக் கொண்டேன் என்று சொன்னால் போதும்' என்றார் மல்லிகை. 'உண்மையை ஒப்புக் கொண்டேன்' என்றான் பூபதி. 'அப்படியானால், விசேஷம், சக்தி கோவிலுக்கு முன்னே நடை பெறும். சக்தி கோவில் நகர் மண்டபத்துக்கருகே இருக்கிறது என்பது உங்களுக்குத் தெரியும்' என்றேன். 'விசேஷம் மாலை ஆறு மணிக்கு' என்றார் மல்லிகை.

சரி என்றோம். 'இவர்கள் எவ்வளவு முறையாகவும் சுருக்க மாகவும் பேசினார்கள், பார்த்தாயா, கணபதி' என்றான் பூபதி.

'பார்த்தேன், பார்த்தேன் பார்த்தேன்' என்றேன் ஏன் மூன்று தரம் என்றான். குதூகலம் என்றேன்.

அன்று சாயங்காலம் வரையில், நாரிபுரியில் நாங்கள் இதுவரையிலும் பார்க்காத இடங்களை யெல்லாம் சுற்றிப் பார்த்தோம். எந்தக் காரியமாயிருந்தாலும், அதை மிகுந்த கவனத்தோடும் முன் யோசனையோடும் கோதைத் தீவில் செய்கிறார்கள் என்பதை ஒவ்வொன்றும் எங்களைக் கூப்பிட்டுச் சொல்வது போல் தோன்றிற்று. 'இறுதிப் போராட்டம் மனிதனுக்கும் மனிதனுக்கும் அல்ல; ஒரு நாட்டுக்கும் நாட்டுக்கும் அல்ல; ஆணுக்கும் பெண்ணுக்கும் அல்ல; கடைசிப் போராட்டம் மனிதவர்க்கத்துக்கும் எமனுக்கும்தான். காலன் கவினில் வந்து உயிர்குலத்தினை அழிப்பான். ஆகவே, எதிலும் முன் எச்சரிக்கை யுடன் இருந்தால்தான், மனித வர்க்கம் காலனை வெல்ல முடியும்' என்பதை விளம்பரப் படுத்துவதைப் போல, கோதைத் தீவில் ஒவ்வொன்றும் காட்சி அளித்தது.

மாலையில் ஆறுமணி அடிக்குமுன், நானும் பூபதியும் சக்தி கோவிலுக்கெதிரே வந்து சேர்ந்தோம். பெரியதொரு கூட்டம் கோவிலுக்கெதிரே, பத்தடி உயரமுள்ள ஸ்தூபி ஒன்று இருந்தது. அந்த ஸ்தூபியில், நான்கு பேர்கள் தாராளமாக நின்று கொண்டிருக்கலாம். இன்றைக்கு, அந்த இடத்தில் ஒரு பெண் நின்று கொண்டிருந்தாள். நல்ல வாட்ட சாட்டமான தேகம்; கம்பீரமான தோற்றம். எடுத்த காரியம் யாவினும் வெற்றி என்று முரசு கொட்டுவதைப் போல, இருந்தது அவளுடைய முகம்.

ஆறுமணி அடித்தது. எங்கும் மௌனம் நிறைந்து பரந்து கிடந்தது. அந்தப் பெண் சொல்லுகிறாள் :-

“நான்தான் சாவித்திரி. எனது புருஷன் சத்தியவான். நாங்கள் இருவரும் இன்பமான வாழ்வு வாழ்ந்து கொண்டிருந்த காலத்தில், அதைப் பாழ்படுத்தத் துணிந்தான் எமன்.

‘நாரிபுரியில் வாழும் நன் மாணிக்கங்களே! அந்தக் கதையைச் சொல்லுகிறேன், கேளுங்கள்.

‘இன்பத்துக்கு எல்லை இல்லை. எனினும் இன்பத்துக்கு எல்லை ஏற்பட்டுவிடுமோ எனும்படியாக, நானும் சத்தியவானும் வாழ்ந்தோம். சத்தியவான் அகத்தூய்மை படைத்த ஆண்மகன். வஞ்சகம் சூது எதுவும் அறியாதவன். அப்பேர்பட்ட காளை யோடு கருத்து ஒருமித்து, நான் வாழும் காலையில், காலன் தோன்றினான். சத்தியவானுக்குக் காலம் ஆகிவிட்டது என்றான்.

‘நான் அழுதேன், புரண்டேன், புலம்பினேன், கெஞ்சினேன், காலில் விழுந்து கேட்டுக் கொண்டேன். காலனுடைய இதயம் இளகவில்லை. காலத்துக்கு மீறிய பொருள் எதுவும் கிடையாது என்று எமன் என்னிடம் சட்டம் பேசினான். தர்க்கம் பேசினான். ‘தர்க்கம் வேண்டாம். தயை புரியுங்கள்’ என்றேன். ‘எமனுக் தர்மம் தான் தெரியும், தயை தெரியாது’ என்று. அவன் கையை விரித்தான்.

‘உடனே, நான் புலம்பலை நிறுத்தினேன். கெஞ்சுவதை விட்டேன். சத்தியவானைக் கொண்டு போ என்றான். பார்த்துக் கொண்டு நிற்கவில்லை. கூடவே போனேன்.

‘ஏன் வருகிறாய்?’ என்றான். ‘என்னிஷடம்’ என்றேன். ‘அந்தமாதிரி பதில் சொல்லக் கூடாது’ என்றான். உண்மையைச் சொல்லவேண்டுமானால், ‘அதுதான் பதில்’ என்றேன். ‘போகும் பாதை கரடு முரடான பாதை’ என்று சொல்லி, அவன் என்னைப் பயமுறுத்தப் பார்த்தான். ‘அந்தப் பாதையில் என் சத்தியவான் போகிறானே, அது கரடாயிருந்தால் என்ன, முரடாயிருந்தால் என்ன’ என்றேன்.

‘செத்தபிறகு, அவன் உன் சத்தியவான் அல்ல என்பதைத் தெரிந்துக்கொள்’ என்றான். என் சம்பந்தப்பட்ட வரையில் சத்தியவான் சாகவில்லை என்பதை நீ தெளிவாகத் தெரிந்து கொள்’ என்றேன்.

'காதலோ' என்று சொல்லி, அவன் இடி இடித்ததைப் போல நகைத்தான். 'காதல் பெரிதா அல்லது காலன் பெரியவனா என்பதை ருசுபடுத்தி விடுகிறேன்' என்றேன்.

'அப்படியானால், நீ உடன் கட்டை ஏறுகிறது தானே?' என்று குத்தலாகப் பேசினான். 'செய்திருக்கலாம். செய்திருந்தால் காதல் பெரிது என்பது ருசுவாகியிருக்கும். அதோடுகூட, காதலைக் காட்டிலும் காலன் பெரியவன் என்பது ருசுவாயிருக்கும். அதனாலேதான் நான் உடன் கட்டை ஏறவில்லை.' என்றேன். தர்க்கம் தெரிந்தபெண்! என்றான். அவனுக்கு அப்பொழுதே சுடச்சுடக் கொடுத்திருப்பேன். வேண்டுமென்றே மௌனமாய் இருந்தேன்.

'இன்னும் கொஞ்சம் தூரம் போனோம். 'எமபுரியை அடைந்த உயிர் திரும்பிப் போக முடியாது; நீ திரும்பிப் போ' என்றான் காலன். 'மாட்டேன்' என்றேன். 'எதாவது ஓர் ஆணை விடாமல் பிடித்துக் கொண்டு தொங்குவது உன் சுபாவம் போலிருக்கிறது! அப்படித் தான் இருக்கவேண்டும். இல்லா விட்டால் என்னை நீ தொடர்ந்து வந்து எனக்குத் தொந்தரவு கொடுப்பதின் பொருள் என்ன?' என்று காலன் கர்ஜித்தான்.

"ஏ! அகம்பாவம் கொண்ட ஆண் மகனே! உன் இறுமாப்பை, நான் அடக்குகின்றேன். உன் குடும்ப வாழ்க்கையில் ரகசியம் இப்பொழுது தான் எனக்குத் தெரிந்தது. உனக்கு உன் மனைவியினிடத்திலும் உன் மனைவிக்கு உன்னிடத்திலும் மருந்துக்குக் கூட பிரியம் இல்லை என்பது வெட்ட வெளியாகி விட்டது.பிரியம் இருக்குமாகில்,கேலிக்காகக் கூட,என் சுபாவத்தைப் பற்றிப் பேச, நீ துணிந்திருக்கு மாட்டாய், நீ இதை என் சகோதரியான உன் மனைவியிடம் சொல்லிவிட்டு வருகிறேன். உங்கள் நல்லறம் தழுவிய இல்வாழ்க்கைக்கு, நான் செய்யக் கூடிய தொண்டு, இதுதான்' என்றேன்.

'நான் இவ்வாறு சொன்னது தான் தாமதம். இவனுடைய முகம் அப்படியே வெளுத்துப் போய் விட்டது. நடப்பதை நிறுத்திக் கொண்டான். 'உன்னை வராமல் தடுப்பதற்காக, நான் அந்த யுக்தி செய்து பார்த்தேன். அது உண்மையல்ல. அதை உண்மை என்று நீ கொள்ளுவாயானால், அது உன் பொறுப்பு. நான் சத்தியவானைத் திருப்பிக் கொடுக்க முடியாது' என்றான்.

'நீ சொன்னது உண்மையா, யுக்தியா என்பதை உன் மனைவியிடமிருந்து கேட்டுத் தெரிந்து கொள்ளுகின்றேன்.

சத்தியத்தைக் காட்டிலும் சாமர்த்தியம் பெரிது என்று எண்ணும் ஆண் பிள்ளையை நான் நம்ப மாட்டேன். நிற்காதே. மேலே செல். நீ இங்கேயே நின்று விட்டாலும் நான் மேலே போகப் போகிறேன்' என்றேன்.

'காலன் நடுநடுங்க விழிப்போம் என்று பாரதியார் அருளி யிருக்கிறாரே, அதை மெய் என்று நம்புங்கள். நான் மொழிந்தது, காலனை நடுநடுங்கச் செய்து விட்டது. எந்த உலகினும், எந்தச் சந்தர்ப்பத்திலும் செல்வாக்குடன் இருப்பவள் சத்தியமும் சீலமும் தவறாத, பொறுமைக்குப் பிறப்பிடமும் இருப்பிடமுமாக இருக்கும் பெண்மணி என்பதை நான் அப்பொழுது தெரிந்து கொண்டேன்.'

'காலன் பணிந்தான். எமன்' உனது முரட்டுத் தனத்தால், என் இல்வாழ்க்கையைப் பாழ்படுத்தி விடாதே' என்றான். 'அதையே தான், உன்னைத் திருப்பிக் கேட்கிறேன்' என்றேன். காலன் விழித்தக் கொண்டான். எமன் கர்வம் கொண்டவனாத லால், இரண்டாவது தடவை தனது சொல் குறையைப் பற்றி மன்னிப்புக் கேட்பதைப் போல, என்னிடமும் எதுவும் பேச, மனங் கொள்ளவில்லை.

'இதோ, உன் சத்தியவானை உனக்கு உயிருடன் தந்து விட்டேன்; அழைத்துக் கொண்டு போ' என்றான். 'பெரு மகிழ்ச்சி என்னை நீ குறும்பாகக் கேட்டது போல, மறந்தும் எந்தப் பெண்ணையும் கேட்டு விடாதே. எச்சரிக்கை! இப்பொழுது சொல்லு, காலன் பெரியவனா என்று, காதலின் மாண்பு காலனுக்குக் கூட கிடையாது' என்றேன்.

'உண்மை' என்றான் காலன் நாரிமணிகளே! இறந்த பெண்ணின் உயிரை, எந்த ஆணாவது மீட்டுக் கொண்டு வந்திருக்கிறானா? கற்பனைக் கடங்காத காரியங்களை, பெண்கள் தான் செய்ய முடியும். பெண் வாழ்க! கோதைத் தீவு ஓங்குக! காதல் ஆட்சி புரிக!'

இவ்வாறு பேசிவிட்டு, அந்தப் பெண் மறைந்தாள். அவள் பேசியபொழுது, அதைக் கேட்கக் கேட்க, நாங்கள் பரவசமானோம். மனித வர்க்கம் நடத்த வேண்டிய இறுதிப் போராட்டத்தை, பெண்ணாகிய சாவித்திரி ஏற்கனவே நடத்திக் காண்பித்து விட்டாளே என்று நாங்கள் சொல்லிக் கொண்டு, மாணிக்கக் கோதையாரின் வீட்டுக்குத் திரும்பி வந்தோம்.

‘பெண்ணாகி வந்ததொரு மாயப் பிசாசு என்று வாய் கூசாமல் சொல்ல, பட்டணத்தாருக்கு எப்படித் தான் மனம் துணிந்ததோ’ என்றேன். ‘அப்படிச் சொல்லிச் சொல்லி, ஆண் மகன் பெண்ணைக் கேவலப்படுத்தினான்; தானும் கேவல மானான். முடிவில், நமது நாடு பாழாய்ப் போனது தான் மிச்சம். சாவித்திரியின் சாகஸத்தைப் பார்த்தாயா?’ என்று பூபதி என்னைக் கேட்டான். ‘பார்க்கவும் பார்த்தேன்; கேட்கவும் கேட்டேன்’ என்றேன்.

நாங்கள் கோதையாரின் வீட்டுக்கு வந்ததும் சாகஸம் எப்படியிருந்தது என்று மாணிக்கக் கோதையார் கேட்டார். உடல் பூரித்துப் போனோம் என்றேன். இதை எழுதியது யார் என்று பூபதி கேட்டாள். இது பலபேர் வேலை என்றார் கோதையார்.

‘கோதைத் தீவில் பார்க்க வேண்டியதெல்லாம் பார்த்தாகி விட்டது. ரொம்ப நாள் இங்கு தங்கிவிட்டோம். நாளைக்குக் காலமே ஊருக்குத் திரும்பலாம் என்பது எங்கள் எண்ணம்’ என்று சொன்னேன்.

பூமியைத் துளைத்துக் கொண்டு வந்தது போல, பூங்காவன மல்லிகை, எதிரே வந்து தோன்றினார். ‘கலியாணம் காதல், காதலுக்கு அடையாளம் இவைகளையெல்லாம் பற்றி உங்களுக்குள் பேசிக் கொண்டிருந்தீர்களே? அது என்ன ஆயிற்று? கனவாகப் போயிற்றா?’ என்று மல்லிகை, கொஞ்சங் கூட கூச்சம் இல்லாமல் கேட்டார்.

நாங்கள் எல்லோரும் கலகலவென்று சிரித்தோம் மல்லிகை மேலும் சொல்லுகிறார் :- காதல் என்பது கதை கதைக்கிற பொருள் அல்ல. அதை வம்பால் அளக்க முடியாது; வீணர்கள் அடைந்து, அனுபவிக்க முடியாது பிரபஞ்சத்தைத் தாங்கி நிற்பது காதல். பிரபஞ்சத்தை, பாழாகக் கொள்ளுபவர் களுக்குக் காதல், தேவையில்லை. அதனாலேதான், உங்கள் நாட்டில் காதல். கிடையாது. கலியாணம் மட்டும் சடங்கைப் போல நடை பெறுகிறது. நீங்கள், காதலைப் பற்றி விளையாட் டாகப் பேசினீர்கள் என்று இப்பொழுது தெரிகிறது. மாண்பு கொண்ட கருத்து களோடு, பொறுப்பில்லாமல் இனி நீங்கள் விளையாட வேண்டாம்.’

நீங்கள் சொல்ல வந்தது, சொல்ல வேண்டியது முடிந்ததா என்றேன். ஆம் என்றான் மல்லிகை. எங்களைப் பற்றிக் கோதை யாருக்கும் இதே அபிப்பிராயம் தானோ என்று கேட்டேன். பிரித்தாலும் உபாயம் வேண்டாம் என்றார் மல்லிகை.

'அப்படியானால் கூடி வாழ்வோம், கூடி ஆள்வோம்' என்று பூபதி, மல்லிகையின் கைகளைக் கெட்டியாகப் பிடித்துக் கொண்டான். கடிக்கிற நாய் ஒரு நாளும் குலைக்காது என்று பூபதி முணுமுணுத்தான். மல்லிகை, தன் கைகளைப் பூபதியின் கைகளினின்றும் பிரித்து எடுத்துக் கொள்ள முயலவே இல்லை.

'இப்படித்தான், பெண் எப்பொழுதும் ஆணின் பேரில் வெற்றி கொள்ளும் போலிருக்கிறது. இயற்கை தன் வேலையை எத்தனையோ வகைகளில் செய்கிறது. காதலுக்கு அடையாள மாவது, ஆடம்பரமாவது! காதல் தோன்றிய நிமிஷமே, அது எத்தனையோ வகைகள் கொண்ட விசித்திரங்களைச் செய்கிறது. கசடன் கனைக்கிறான்; ஆண்மை நிறைந்த மகனோ, பூபதியைப் போல, காதலியின் கைகளைக் கெட்டியாகப் பிடித்துக் கொள்ளுகிறான். துஷ்டனோ, தான் இச்சை கொண்ட பெண்ணின் வீட்டின் பேரில் கல்லை விட்டு எறிகிறான்; தூய மனத்தினோ, மௌனமாக, பொறாமையுடன் காத்துக் கொண்டிருக்கிறான். காதல் செய்யும் சேஷ்டைகள் இத்தனைதான், இத்தன்மைத்துத் தான் என்று நிறுத்துக் கட்டிச் சொல்ல முடியாது' என்று நான் சிறு பிரசங்கம் செய்தேன்.

'உன் காதல் உன்னை என்ன செய்யத் தூண்டுகிறது?' என்று பூபதி, என்னைப் பார்த்து நையாண்டி பண்ணினான். 'கோதையாரை இந்த நிமிஷமே, யாதொரு ஆடம்பரமுமின்றி, கலியாணம் செய்து கொள்ளத் தூண்டுகிறது' என்றேன். கோதையார் சிரித்தார்.

கோதைத் தீவில், இரவு ஒன்பது மணி வரையில் கலியாணம் ரிஸிஸ்டர் செய்யலாம். நானும் கோதையாரும் எட்டு மணிக்கு, ரிஜிஸ்டர் ஆபீஸுக்குச் சென்று கலியாணத்தைப் பதிவு செய்து கொண்டோம். மறுநாள் தான் பூபதியின் கலியாணம் நடந்தது.

ஆனால், கலியாணம் ஆனால் என்ன? 'கலியாணம் ஆகியும் பிரம்மச்சாரி; கடன் வாங்கியும் பட்டினி' எனபார்களே, அந்த நிலைமைதான் எங்களுடையது. கலியாணமான மறுநாளே, கோதைத் தீவின் நிர்வாகி வெளி நாடுகளில் பிரசாரம் செய்வதற்காக எங்களை அனுப்பி விட்டார். கோதைத் தீவின் அருமை பெருமைகளை, நாங்கள் வெளியுலகத்தாருக்கு எடுத்துச் சொல்லி வருகிறோம். இன்னும் சிறிது காலத்துக்குப் பின், நாங்கள் எங்கள் காதலிகளோடு போய்ச் சேர்ந்து விடுவோம்.

'ராமா! கதை முழுவதையும் கேட்டாயா? அல்லது நடுவே நடுவே தூங்குகிறாயா' என்று கணபதிராயன் என்னைக் கேட்டான்.

'விழித்துக் கொண்டுதான் இருந்தேன்' என்றேன். அவன் கேட்காமலே, 'கோதைத் தீவு வரலாறு நன்றாயிருக்கிறது' என்று சிரித்துக் கொண்டு சொன்னேன். கேலி செய்கிறாயா என்றான் கணபதி ராயன். 'இல்லை' என்று அழுத்தமாகச் சொன்னேன்.

கணபதிராயன் சொல்லுகிறான்:- 'ராமா! கோதைத் தீவில் கவாத்துப் பழகுவதும் ஈட்டி எரிவதும், துப்பாக்கி சுடுவதும் தான் கலைப் பயிற்சிகள் என்று நினைக்காதே. சங்கீதம், சித்திரம், நடனம் முதலிய மிருதுத் தன்மை கொண்ட அருங்கலைகள் அமோகமாகச் செழித்து நிற்கின்றன. சுதந்தரத்தைக் காப்பது கவாத்தும் துப்பாக்கியும். சுதந்தரத்தின் நடுவேதான். அருங்கலைகள் பயிராகும்.'

⌘⌘⌘